Giải Tiểu thuyết hay nhất 2014 - Lễ hội trực tuyến giải thưởng Words Best of the Independent eBook.

Bị bạn trai bỏ rơi vào đêm Giáng sinh, Cassie Baruch nghĩ rằng mọi nỗi đau của cô sẽ chấm dứt khi đâm xe vào một cây sồi cổ thụ. Nhưng khi một thiên thần cánh đen lộng lẫy xuất hiện và nói rằng *"Đây không phải mấy chyện tình yêu thần dị vớ vẩn đâu, nhóc ạ"*, cô nhận ra cái chết không thể giải quyết vấn đề của mình. Liệu Jeremiel có thể giúp cô xua đuổi bóng ma quá khứ và kết thúc mọi chuyện không?

"Rất hiếm khi có quyển sách nào làm tôi khóc nhưng quyển này đã làm việc đó theo một cách hoành tráng nhất. Cuốn sách có thông điệp của riêng nó, thứ được diễn tả với sự hài hước và duyên dáng. Rất tuyệt vời!" – Đánh giá của đọc giả.

"Cô ấy làm tôi lo lắng, và làm tôi rơi nước mắt. Và tôi rất, rất biết ơn phần kết của câu chuyện." – Đánh giá của đọc giả.

"Một quyển sách chạm đến trái tim tôi theo cách mà chưa quyển sách nào khác làm được!" – Đánh giá của đọc giả.

"Một lần nữa Anna lại biến chữ thành vàng. Bước ngoặc đen tối cho bài hát Giáng sinh thời hiện đại này thật tuyệt vời ..." – Đánh giá của đọc giả.

Thần hộ mệnh bóng đêm

Tác giả
Anna Erishkigal

Ấn bản tiếng Việt

SERAPHIM PRESS

Cape Cod, MA

www.seraphim-press.com

Được dịch bởi: Toan Le
https://www.fiverr.com/users/letoan

Phiên bản bìa mềm (paperback):
ISBN-13: 978-1-949763-72-0
ISBN-10: 1-949763-72-2

Phiên bản điện tử (ebook):
eISBN-13: 978-1-949763-71-3
eISBN-10: 1-949763-71-4

EÂ-sai 9:2

Dân đi trong nơi tối tăm đã
thấy sự sáng lớn;
và sự sáng đã chiếu trên những kẻ
ở xứ thuộc về bóng của sự chết.

Chương 1

"Mẹ ơi, con có khách rồi! Con phải đi đây."

Cassandra Baruch dùng ngón tay bịt lỗ tai kia lại để có thể nghe thấy tiếng mẹ mình qua mức sóng tệ hại của chiếc điện thoại di động.

"Nhưng đêm nay là Đêm giáng sinh mà con!" Giọng mẹ cô líu nhíu vọng qua chiếc loa nhỏ xíu. *"Con nên ở cùng gia đình chứ không phải ở với đứa con trai đối xử với con như rác rưởi."*

Cassie nhìn chằm chằm vào chiếc iPhone của mình với sự ghê tởm. Giờ thậm chí chưa đến giờ ăn tối và nghe có vẻ như mẹ cô đã uống rượu. Hàng người chờ đợi để mua cà phê giờ đã lên đến chín người; tất cả đang nhìn cô với ánh mắt tức tối vì mải nói chuyện điện thoại thay vì làm cà phê cho họ.

"Mẹ! Nghe con này!" Cassie cật lực ra hiệu với Minh, người cùng làm pha chế với cô tại quán cà phê tệ hại này "Con sẽ mất việc mất nếu mẹ cứ gọi khi con đang trong ca làm"

"Con chọn đứa con trai đó thay vì mẹ ruột của con ư? Sau tất cả những hi sinh của mẹ khi cha con bỏ rơi hai chúng ta?"

Giọng nói của mẹ cô cứ lặp đi lặp lại, kiểu nói chuyện tỏ ra mình là nạn nhân gây mệt mỏi vô cùng, chỉ là hôm nay nó cao và kích động hơn vì bà vừa nhận một cuộc điện thoại từ cha cô.

Cassie che lại mic điện thoại và nhìn vào mắt vị khách tiếp theo trong hàng người, một người đàn ông cao lớn, mặt nhăn nhúm, mặc một bộ đồ sọc xám rộng và thắt nơ. Người đó đang nhìn chằm chằm vào đồng hồ, ngón tay di chuyển để đếm giây.

"Tôi sẽ xong ngay đây, thưa ông"

"Tôi đã xếp hàng được 11 phút—" Ông ta nói mà không nhìn cô "—và trong mười một phút đó cô chỉ toàn nói chuyện điện thoại."

"Tôi xin lỗi, thưa ông." Cô ấn điện thoại vào tạp dề để người đàn ông không nghe thấy tuồng kịch cao trào của mẹ cô. "Gia đình tôi có việc khẩn cấp"

"Có ai cần xe cứu thương không?"

"Không, thưa ông." Cô liếc xuống đôi bốt Doc Martin của mình. "Chỉ là, cha tôi— "

"Cô đã làm gì để mẹ cô thất vọng à?" Ông ta ra hiệu về chiếc điện thoại nơi tràng kể tội với giọng điệu cao vút của mẹ cô lọt ra khỏi các lớp vải.

Cassie nhìn Minh – đồng nghiệp của cô - một cái nhìn bất lực. Với chiều cao 1,8 mét và một khổ người hơn sợi mỳ một chút, Minh đang thuần thục khuấy trộn một ly latte đậu nành bằng một tay trong khi đánh sữa cho một khách hàng khác bằng tay kia. Anh cười với cô đầy thông cảm, nhưng cả hai tay đều đang bận nên Minh cũng không thể giúp được gì.

Điện thoại của cô kêu răng rắc, nơi cô đè phần loa lên chiếc quần jean bó.

"Sau tất cả những hi sinh của mẹ, đây là cách con trả ơn sao?" Mẹ cô rít lên.

Cassie cau mày, phân vân xem có nên vứt chiếc iPhone vào máy xay hay thỏa hiệp với mẹ cô với hy vọng sẽ ngăn được những cuộc bê tha tiếp theo của bà. Tiếng thét của mẹ cô lớn đến nỗi cả chín người trong hàng nhìn nhau, khuôn mặt bối rối khi bị buộc phải nghe lỏm một cuộc trò chuyện riêng tư như vậy. Người đàn ông ở cuối hàng đầu hàng và bỏ đi.

"Tôi muốn nói chuyện với quản lý của cô—" Người đàn ông mặc đồ sọc liếc nhìn đồng hồ. "Đã mười hai phút ba mươi giây rồi"

Cassie ấn lại điện thoại lên tai.

"Mẹ!" cô cắt ngang. "Giờ con không thể nói chuyện! Con sẽ gặp mẹ vào ngày mai." Cô cúp điện thoại và *tắt tiếng*. Trong lúc đó, cô lén liếc một cái xem mình có bỏ sót tin nhắn nào không. Maurice vẫn chưa gọi lại.

Cô nhét chiếc iPhone vào túi và cố nặn ra một cái nhăn mặt giả tạo, thứ gần giống với nụ cười nhất mà cô có thể làm được. Đôi mắt màu xám lạnh của cô được điểm tô bởi đường kẻ mắt đen dày mà cô thường dùng để tạo cho mình vẻ ngoài của những nhân vật hoạt hình anime nổi tiếng.

Ngay trước khi đi nghỉ lễ, người quản lý đã có một *'cuộc trò chuyện'* về thái độ của cô nếu cô muốn giữ công việc này. Không được mang bốt chiến binh độn đế. Không mặc quần jean rách vẽ hộp sọ. Không đi làm với những bộ đồ đen tuyền từ đầu đến chân. Không mang quá hai cái khuyên tai, và không xỏ mũi ngoại trừ một chiếc đinh tán. Phải che những hình xăm lại. Tóc đen tuyền cũng được, nhưng không được thêm bất kỳ màu nào khác như xanh dạ quang hay hồng tím. Xì! Tất cả những thứ này cho một công việc lương cơ bản ư?

"Tôi rất xin lỗi, thưa ông", Cassie giả vờ tử tế. "Tôi có thể giúp gì cho ông?"

"Tôi yêu cầu được nói chuyện với quản lý của cô—" Ông ta gõ gõ đồng hồ "—và tôi sẽ không đi cho đến khi được thỏa mãn yêu cầu. Đã mười ba phút và tám giây."

"Giờ quản lý không có mặt ở đây thưa ông, " Cô nói. "Chúng tôi đang thiếu nhân viên vì mọi người đã nghỉ Giáng sinh."

Đúng hơn là tuần này quản lý đã bỏ mặc chúng tôi, và có thêm hai người nghỉ việc...

"Khi-tôi-bằng tuổi cô—" Ông ta chỉ tay vào mặt cô "—chúng tôi tự hào vì không để bất kỳ khách hàng nào phải đợi hơn ba phút kể từ giây phút họ bước vào cửa hàng đến khi mua xong cà phê. Ba phút! Chứ không phải mười ba phút! Và chắc chắn là chúng tôi không được sử dụng điện thoại trong giờ làm!"

Cassie cố lắm mới nhịn được không hỏi có phải ông ta đã phải đi bộ ba dặm đường dốc, băng qua những trận bão tuyết để đến trường hay không. Cô chạm mắt với người phụ nữ đang sốt ruột xếp hàng sau ông ta.

"Bà cần gì, thưa bà?

Người đàn ông mặc đồ sọc chộp lấy một cái bánh quy hạnh nhân dài và lắc nó về phía cô như thể đang cầm một cây dùi cui cảnh sát. "Tôi chưa xong với cô đâu, cô gái trẻ!"

"Vâng, thưa ông." Cô bỏ qua ông ta và nhìn người phụ nữ trung niên, một 'khách quen' ở đây, mặc dù cô không biết tên bà ta. "Kế tiếp ạ?"

Người phụ nữ mở miệng rồi ngậm miệng, rất nóng lòng lấy ly cà phê của mình, nhưng không quá sẵn sàng lên trước người đàn ông mặc đồ sọc, người đang có ý định gây khó dễ.

Minh đã xong hai đơn của mình và đặt hai loại đồ uống vào tay khách hàng; sau đó anh di chuyển đến đứng đằng sau cô.

"Tôi sẵn sàng phục vụ ông ngay đây, thưa ông." Minh cười tươi với người đàn ông mặc đồ sọc.

"Chuyện này vẫn chưa xong đâu! " Mặt ông ta đã chuyển sang tím.

Minh vuốt ngược mớ tóc mái đen dài của mình ra sau bằng mu bàn tay. "Tôi có đề nghị này nhé? Ông nghĩ sao nếu tôi mời ông một ly cà phê miễn phí? Trong đó là một phần espresso và thêm một phần xy rô – bất cứ vị nào mà ông muốn? "

"Cô ta rất thô lỗ!" Người đàn ông mặc đồ sọc chỉ vào Cassie.

"Vâng, đúng vậy" Minh đồng tình.

"Tôi muốn cô ta bị cho thôi việc"

Minh giơ tay lên. "Tôi không định tranh luận với ông, thưa ông. Cassie đã có một ngày tồi tệ, và tôi đang cố gắng xin lỗi bằng cách mời ông một tách cà phê miễn phí."

Cassie tập trung vào người phụ nữ phía sau người đàn ông mặc đồ sọc, người đang nhìn cánh cửa như thể sắp chạy trốn.

"Cà phê rang đậm, thêm sy-rô socola và hạt phỉ, hai gói đường Splenda, thêm sữa tách béo, đúng không ạ?" Cô đọc vanh vách món mà người phụ nữ thường gọi.

Mắt bà ta trừng to.

"P-phải—," bà ta nói. "Nhưng làm sao cô—"

"Khi mẹ tôi chưa gọi để thông báo rằng bố tôi vừa mới được đưa vào bệnh viện vì bị suy thận giai đoạn cuối và có thể không sống qua năm mới—", Cassie nói đủ to để cả hàng người đều nghe được "—Tôi thực sự là một người pha chế tốt. Bà có muốn món bánh quy hạnh nhân dài bà thường mua chung với cà phê không, thưa bà? "

Người đàn ông mặc đồ sọc câm lặng.

Minh tặng ông ta một nụ cười toe tét.

Cassie làm xong đơn của người phụ nữ, và sau đó phục vụ bảy người tiếp theo cũng như ba người nữa mới vào. Khi không còn khách, cô kiểm tra điện thoại để xem Maurice có để lại tin nhắn gì không. Không có. Cô chộp lấy một miếng giẻ lau và bắt đầu lau quầy. Thường khi họ đông khách, có vẻ như trên trời đã trút xuống vô số bã cà phê, giống như một đại dịch châu chấu đen thu nhỏ.

Minh dựa thân hình dây đậu của mình vào cái quầy bên cạnh cô. Cassie giả vờ không chú ý đến cách anh nhìn cô. Anh vuốt ngược phần tóc mái dài lòa xòa phía trước để cô có thể nhìn rõ khuôn mặt anh và cười toe toét. Sẽ thật hoàn hảo nếu anh ta không có một cái mụn khổng lồ nhô ra khỏi cằm.

"Cảm ơn," Cassie lầm bầm. Cô cố gắng chà xát để đánh bóng phần giả đá granit đen, cứ chốc lát lại liếc nhìn chiếc iPhone đặt trên quầy. Cô muốn đảm bảo mình sẽ nghe thấy tiếng rung khi Maurice gọi lại cho cô.

"Không có chi đâu"

Minh xoắn chiếc khăn của mình và tỏ ra trầm ngâm khi anh búng nó lên không trung. Chất vải màu xanh đậm làm nổi bật những ngón tay thon dài của anh, loại bàn tay dành cho các hoạt động tinh tế như chơi guitar hoặc dành hàng giờ bất tận trên internet để cố gắng tái tạo đồ họa trong Skyrim.

Cassie tiếp tục chà xát, dù cho bề mặt quầy đã trở nên bóng loáng.

"Em mà chà mạnh hơn nữa," Minh nói, "thì em có thể chà xuyên qua nó đến mặt đất luôn đấy."

Cassie đảo mắt. "Chứ anh muốn em nói gì bây giờ?"

"Cảm ơn, Minh, vì đã cứu em một bàn thua trông thấy?"

Cassie liếc xuống, không biết nên trừng mắt với chàng trai trẻ, hay quàng tay ôm lấy anh ta. Cô chọn cái đầu tiên. Minh thích cô, và cô không hề muốn khuyến khích anh tiếp tục điều đó.

"Cảm ơn," cô lầm bầm.

Minh lại búng chiếc khăn.

"Thật sự là chuyện gì đang xảy ra với mẹ em vậy?"

Cassie nhún vai.

"Em vẫn hi vọng Maurice sẽ đổi ý đúng không?"

Không hiểu sao Minh luôn biết cách nói trúng tim đen? Ừ thì lần này cô không để bị cho vào tròng! Cô quay lưng lại, hi vọng anh ấy hiểu đây là tín hiệu cho việc cô cần ở một mình.

Minh chuyển sang sắp xếp lại các kệ bánh ngọt để chúng trông gọn gàng và ngon miệng hơn trong mắt khách hàng. Ngày trước Giáng sinh luôn bận rộn, với những người dừng lại uống cà phê trên đường về nhà sau khi đi mua sắm, kiệt sức và cáu kỉnh, hoặc cố gắng trong tuyệt vọng hòng mua thứ gì đó để mang đến một bữa tiệc họ được mời, thường thì đó là một biện pháp đối để vào phút chót – cũng giống như *cô* đã từng.

Có thể đó là lý do vì sao cô luôn chán chường mẹ mình? Như thường lệ, người duy nhất đã từng mời cô đến một chỗ nào đó là người phụ nữ đã phủ bóng ma lên đời cô kể từ giây phút cha cô bước chân ra đi.

Cô lại nhìn điện thoại lần nữa. Vẫn không có cuộc gọi nào...Hay sóng điện thoại quá yếu? Không. Có bốn thanh sóng. Không phải hoàn hảo, nhưng hơn cả đủ. Có lẽ *anh ấy* đang ở một nơi không có sóng điện thoại chăng?

Nhóm khách cô phục vụ trước đó đã uống xong cà phê và rời đi. Cassie chộp lấy chiếc iPhone và quay số điện thoại cố định của Maurice. Tim cô đập nhanh hơn khi nghe người bạn trai đã gắn bó với mình năm tháng nói rằng anh sẽ gọi lại ngay khi trở về nhà. Ôi, cô ước mơ xiết bao rằng mình có thể tự trang trải chỗ ở riêng mà không phải bị buộc ở chung với mẹ mình và trả tiền thuê nhà.

"Ừm, Maurice, là em, Cassie. Em, ừm, em biết là anh cần thời gian suy nghĩ, nhưng mà tại vì, ừm, Giáng sinh. Em chỉ, ờ, thôi không có gì..."

Cô cúp máy, kiểm tra lần cuối để chắc chắn rằng Maurice đã không gọi di động cho cô trong lúc cô gọi số điện thoại cố định của anh. Không có may mắn nào xảy ra. Cô nhìn lên và bắt gặp đôi mắt nâu đau đớn của Minh.

"Em xứng đáng với điều tốt hơn. " Anh nói nhẹ nhàng.

Đôi môi Cassie run rẩy. Cô cố giữ không cho những giọt nước kiềm nén năm ngày qua được rơi.

"Tất cả là lỗi của em! Anh ấy cần giúp đỡ mà em thì không thể giúp."

Minh đặt tay lên vai cô.

"Anh ta muốn *tiền* của em, mà em thì không có vì xe của mẹ em bị hỏng. Bà ấy sẽ mất việc nếu em không giúp bà sửa nó."

"Đáng ra mẹ em nên *tự* sửa xe của bà!"

"Gia đình quan trọng hơn," Minh nói. "Nếu mẹ em mất việc, cả hai mẹ con em sẽ không thể kiếm đủ tiền để được ở trong căn hộ đó."

"Em sẽ dọn vào ở với Maurice."

Minh cho cô một cái nhìn thấu hiểu. Anh biết là tốt hơn hết đừng chọc giận cô thêm nữa, đặc biệt là khi Maurice đã nói với cô rằng anh ta cần "thời gian để suy nghĩ"

Cô ấy lau chùi đồ lọc cà phê và sắp xếp để pha mẻ tiếp theo, nhưng không nhấn nút "sẵng sàng" vì giờ đã gần đến giờ đóng cửa. Thường thì cô sẽ ở đây đến 22:00 giờ tối, nhưng quản lý đã cho phép họ đóng cửa sớm hơn trong đêm Giáng sinh, chính xác là vào 18:00 giờ. Đây là lần thứ ba trong tuần cô phải làm việc theo ca liên tiếp đầy ám ảnh, khi mà cô chỉ về đến nhà lúc 22:30 tối và phải có mặt lúc 4:30 sáng hôm sau cho ca tiếp theo.

Chiếc iPhone của cô rung lên. Cô chộp lấy nó, tim đập rộn ràng, nhưng niềm vui của cô tắt ngóm khi màn hình hiển thị số của mẹ. Cô bật chế độ hộp thư thoại để khỏi phải nghe một tràng nhiết móc không hồi kết khác về cha. Cô vẫn đang phân vân liệu có nên đến bệnh viện thăm ông ta trước khi ông chết và nói rằng ông ta khốn nạn đến mức nào, hay cứ mặc kệ ông ta *như* cách ông ta mặc kệ *cô* suốt bao nhiêu năm qua. Không! Cô cầu mong Maurice sẽ thương xót và cho cô một chỗ để ở tạm qua lúc khó khăn này.

Minh lợi dụng lúc vắng khách đã mở laptop của anh và chạy giả lập cho một trò chơi mà anh đang xây dựng. Một con mọt vi tính điển hình: anh ấy cao, gầy, với tóc mái dài lãng tử lòa xòa phía trước và mặc một chiếc áo thun luộm thuộm có hình ban nhạc *My Chemical Romance* in nổi phía trước. Cô không dám hỏi tại sao Minh lại được thoải mái mặc áo thun in hình hầm hố đi làm trong khi cô lúc nào cũng bị la mắng. Trên thực tế Minh là người chăm nom cho cửa hàng, còn *cô* thì luôn gây rắc rối.

Chùm chuông giáng sinh treo trước cửa đập leng keng vào lớp kính khi vị khách cuối cùng lảo đảo bước vào từ trong giá rét. Ôi, tuyệt...đó là bà Henderson. Người phụ nữ lớn tuổi này đến đây mỗi buổi sáng, tán tỉnh Minh và hỏi Cassie những câu hỏi cô cùng riêng tư kiểu như "Cô định học đại học ở đâu?". Cassie ráng hết sức để trao cho bà ta một nụ cười gần như chân thành.

"Sáng nay chúng tôi đã rất mong bà đấy, " cô nói. "Thật là lạ khi bà để lỡ hẹn với món bánh nướng yêu thích"

Bà Henderson mỉm cười, để lộ hàm răng giả lỏng lẻo đôi khi sẽ bị rơi ra khi nói. Bà ấy tô hai quầng phấn hồng tròn vành vạnh trên má y như một con búp bê sứ lỗi thời, và bôi thứ son đỏ tươi đã bắt đầu đọng lại trên các nếp nhăn. Như thường lệ, bà mặc đồ vải sợi tổng hợp màu mè, với một chiếc áo len tuần lộc xanh lá cây sặc sỡ chỏi nhau chan chát với tông màu xanh tím của tóc. Bộ đồ như thể đang được treo trên người bà ta, lẽ bà đã từng là một người to béo, nhưng năm tháng đã khiến bà hao mòn thành một người gầy gò ốm yếu, với cái lưng gù và đôi tay run rẩy khi đang đếm tiền.

"Tôi phải làm cho xong vài việc mới ra ngoài được" Bà Henderson nói. "Hi vọng cô không để ý?"

Để ý ư? Như thể có liên quan gì đến cô vậy...

"Chúng tôi hết bánh nướng nam việt quất và cam rồi—" cô chỉ vào kệ bánh ngọt thưa thớt, món bánh ưa thích của bà Henderson đã bán hết. "Tôi giới thiệu món khác cho bà nhé?"

"Được rồi, cô gái ạ," Bà Henderson nói. "Chỉ một cốc cà phê thôi. Cô biết kiểu tôi thường uống mà đúng không?"

"Vâng, tôi biết rồi." Cassie mỉm cười, lần này rất chân thành, khi cô viết yêu cầu lên một chiếc ly nhỏ cách nhiệt. Cà phê rang cho buổi sáng, hai phần đường, cho kem bình thường, không cho thêm gì nữa. Bà Henderson thích cà phê nguyên chất đậm đà kiểu Mỹ truyền thống.

"Bà Henderson, thời tiết như thế nào?" Minh gọi với ra từ vị trí cái laptop.

"Tuyết bắt đầu rơi rồi" bà nói. "Như dự báo thời tiết đã nói, Giáng sinh này sẽ nhiều tuyết đây."

"Vậy lúc đi về bà phải cẩn thận nhé," Minh nói "Chúng tôi không muốn thấy bà bị ngã vỡ hông như bà Gonzales đâu."

"Ông Phuong đang đổ cát cho vỉa hè khi tôi ra khỏi tòa nhà," bà nói. "Trước khi tôi về ông ấy sẽ xong thôi."

Cassie hoàn toàn không biết ông Phuong, hai bất kỳ ai xung quanh cuộc sống của bà Henderson; ông bảo trì, anh chàng lái xe rác, người phụ nữ dọn dẹp sảnh của khu nhà ở xã hội. Mỗi ngày, bà lải nhải bên tai họ cả tiếng đồng hồ về những người này khi bà ủ tách cà phê nhỏ bé của mình để có cớ nán lại.

Bà Henderson thề rằng bà đến đây vì họ pha cà phê ngon nhất, nhưng họ là cửa hàng duy nhất ở đây bà có thể đi bộ tới. Bà đến đây mỗi sáng, dù cho mưa hay nắng.

"Của bà đây." Cassie đặt chiếc cốc lên quầy.

Bà Henderson thò tay vào cái ví hồng chói của mình và đếm các đồng xu. Bà còn thiếu hai đồng Penny. Bàn tay bà run rẩy khi lục tìm những đồng xu còn lại.

"Tôi ... tôi cứ nghĩ là còn đủ tiền." Đôi mắt kèm nhèm của bà thậm chí trông còn ướt hơn dưới lớp kính lão dày như đáy chai.

"Không sao đâu." Cassie cho tay vào hũ đựng tiền boa, trong thời đại của thẻ tín dụng này, người ta cho tiền boa ít đến đáng thương.

Bà Henderson cho tay vào túi xách, cái túi lớn tới nỗi có thể đựng vừa một con tê giác, và lấy ra hai cái gói được bọc bằng các trang truyện tranh màu.

"Tôi đã làm vài thứ cho cô và Minh." Bà ấy trông trịnh trọng như thể vừa trao cho họ một báu vật. Thỉnh thoảng bà sẽ cho họ những món quà như thế này, thường là những thứ linh tinh mua được ở cửa hàng bán đồ cũ phân nửa giá vào ngày thứ tư.

"Bà không nên làm vậy!" Minh chộp lấy cái gói có tên anh được ghi bằng bút đánh dấu và háo hức xé tờ giấy để lộ chiếc khăn đan tay màu đỏ rượu có sọc vàng mỏng. "Wow! Gryffindor! Sao bà biết?"

"Thì trông cậu giống kiểu con trai nhà Gryffindor." Bà cụ biểu hiện rất hài lòng. Bà nhìn Cassie đầy háo hức, đợi cô ấy mở món quà của mình.

Cassie xé giấy bọc để thấy một chiếc khăn quàng màu hồng Barbie xấu kinh khủng với những chiếc tua rua khổng lồ. Hồng. Màu sắc mẹ đã cố mặc cho cô cho đến khi cô nổi loạn và bắt đầu không mặc gì ngoài màu đen.

"Nó rất...ừm, cảm ơn bà."

Nếu bà Henderson có nhận thấy sự thiếu nhiệt tình của cô, bà đã lựa chọn không thể hiện ra. Bà ấy di chuyển đến chiếc bàn thường ngồi bên cửa sổ, nhấm nháp tách cà phê chậm nhất có thể, mà không biết gì về việc họ sẽ đóng cửa sau chưa đầy 10 phút. Cassie kiểm tra lại iPhone của mình. Vẫn không có cuộc gọi, thậm chí không một tin nhắn từ Maurice. Một ý tưởng bắt đầu hình thành. Cô hối hả làm cho xong việc trước khi hết ca, lấy vài chiếc bánh ngọt cuối cùng ra khỏi kệ và cẩn thận xếp chúng vào một túi rác bằng nhựa.

"Theo quy định là em phải vứt chúng đi" Không biết từ đâu Minh bỗng xuất hiện. "Elaine sẽ phạt nặng tay nếu cô ấy đến đếm và phát hiện hàng thừa không bị vứt đi. "

"Thì *em* đang vứt chung đi đó thôi," cô nói dối.

Minh nhún vai và âm thầm giúp cô vớt vát lại những cái bánh ngọt chanh, bánh sừng bò sô cô la, bánh muffins ngô và cám ngũ cốc, cũng như mọi thứ khác mà khách hàng không mua. Trong đó số lượng bánh muffin ngô là nhiều nhất. Tại sao người quản lý cứ khăng khăng bắt họ làm chúng? Trong khi không ai từng ăn chúng.

Cô liếc qua máy tính xách tay của Minh và phát hiện ra nhân vật nữ anh hùng hành động mà Minh đang cố gắng gỡ lỗi cho trò chơi của anh. Nhân vật được mặc trang phục chiến binh Goth, mặc dù hơi gầy. Bất chấp một vài khác biệt, cô gái trông giống *cô*.

"Đẹp," Cassie nói.

Má Minh ửng hồng. Anh gập chiếc máy tính lại.

"Sáu giờ rồi," Minh nói. "Giờ có thể thoát khỏi chỗ này." Cassie cẩn thận cầm cái túi rác đầy bánh ngọt để tránh cho chúng bị va vào nhau.

"Chúc anh tối vui vẻ," cô nói với Minh.

"Tối nay em sẽ đi đâu?"

"Về nhà" cô nói dối.

Từ biểu cảm trên gương mặt Minh, rõ ràng anh không tin cô. Anh bạn nhạy cảm của cô hiểu cô quá nhiều.

"Nghe này," Minh nói. "Anh và một vài đứa bạn game thủ, em biết chứ? Tụi anh, ừm, gia đình anh không tổ chức lễ Giáng sinh, nhưng tất cả mọi người sẽ tụ tập cùng nhau tối nay. Không có gì đặc biệt, nhưng bà anh sẽ nấu ăn. Bà ấy làm món chả giò tuyệt vời. Anh nghĩ em sẽ thấy thích. Em biết đấy, nếu mọi thứ không diễn ra theo cách em dự định với, ừm, mẹ em? "

Cassie nhún vai. "Chắc chắn rồi. Nhưng mẹ em thì sao? Bà ấy đã hoàn toàn rối trí về việc của bố em. Em nghĩ bà vẫn chưa làm rõ được là bản thân muốn nhổ vào mặt ông ta hay muốn chăm sóc ông ta những ngày cuối đời nữa. ."

"Nếu tình hình trở nên kỳ cục—" Đôi mắt tha thiết của Minh ánh lên màu nâu ấm của sô cô la "—thì em gọi cho anh, được không?"

Cassie cho anh một nụ cười tươi và đi ra cửa.

"Đừng quên cái này." Minh đưa cho cô cái khăn hồng mà cô đã cố tình bỏ lại ở cái thùng dành cho đồ bị bỏ quên.

"Cảm ơn," cô lầm bầm. Cô đưa mắt về phía bà Henderson ngồi gần cửa sổ, bà vẫn đang nhấm nháp cà phê.

"Tôi lái xe đưa bà về nhà nhé, bà Henderson?" Minh gọi. "Chúng tôi sắp đóng cửa, nhưng tôi đ ingang qua chỗ bà, nên không có vấn đề gì đâu."

Cassie bước ra ngoài một mình trong đêm đen lạnh giá.

Chương 2

Những bông tuyết trắng khổng lồ rơi lả tả lên chiếc Ford Taurus cổ của cô khi cần gạt kính gạt qua, để lại những vệt nước cản trở tầm nhìn. Cô cần thay cần gạt kính mới, nhưng có quá nhiều thứ cần chi với mức lương tối thiểu của cô. Cơn giận lại dâng lên khi cô nhớ lại cuộc cãi vã với mẹ về việc trả thêm tiền thuê nhà.

--*"Mẹ là mẹ con mà! Đáng ra mẹ nên cho con ở miễn phí chứ!"*

--*"Chứ con nghĩ căn hộ ở Cape Cod rẻ lắm sao? Mẹ đã làm mọi thứ có thể để chúng ta có mái nhà che đầu."*

--*"Nếu mẹ ngừng nướng tiền vào rượu và thuốc lá, có lẽ mẹ sẽ không phải liên tục đòi tiền con thay vì dùng quá công suất chiếc xe của mình?"*

--*"Mẹ nói là mẹ sẽ trả con mà."*

--*"Chắc rồi. Cũng như sáu lần trước đó thôi."*

Chiếc ô tô phía trước cô suýt trượt vào một cây sồi cổ thụ nhô ra khỏi khúc cua vòng quanh cái ao. Lúc đó là 18 giờ 35 phút. Cái cây đứng im như một con voi xám im lặng, vỏ của nó chi chít sẹo từ những chiếc xe đã đâm vào nó trong nhiều năm thay vì lao xuống ao. Hàng năm, Văn phòng bảo trì đều kiến nghị hạ nó xuống, và Ủy ban lịch sử đều đẩy lùi, họ tuyên bố đó là một cây cổ thụ.

Cassie nắm chặt tay lái, tay trắng bệch và quyết định có lẽ cô nên tập trung mà lái xe? Cô bật máy cát sét. Chiếc Taurus cũ đến nỗi thậm chí còn không có máy nghe nhạc .mp3, vì vậy cô bật chiếc băng cát sét Zola Jesus mà cô đã chuyển từ iPhone sang băng cassette kiểu cũ. Cô luôn rất ngượng ngùng mỗi khi phải chở ai đó bằng chiếc xe này, nhưng cái loa của nó vẫn còn rất khá mặc cho nó đã không thể cũ hơn.

Ngoài ra, đó là xe *của* cô. Của cô! Chứ không xin từ bất kỳ ai. Cô đã tự mua nó giống như cách cô có được mọi thứ xoàng xĩnh khác trong đời, bằng cách làm hai công việc một lúc. Cô không quan tâm *những gì* bạn bè của Maurice nói về chiếc xe, họ và những chiếc xe độ sáng bóng của họ. Không giống như *họ*, chiếc xe của cô được trả tiền đầy đủ, đó có lẽ là lý do tại sao Maurice không bao giờ có tiền.

Cô dừng xe trước nhà anh, căn gác xép nhỏ một phòng ngủ phía trên gara của một căn biệt thự đại trà ngọt ngào ở khu phố cao cấp. Chiếc xe của anh đang đỗ ở lối vào, một chiếc Toyota Corolla màu xanh ngọc lục bảo với vành bánh làm riêng bằng nhôm. Đèn trong nhà đang sáng, và có hai chiếc xe trên lối vào.

Cassie đỗ xe bên kia đường và nhìn sang, lưỡng lự liệu cô có nên đi gõ cửa hay nên gọi điện xem Maurice có trả lời điện thoại không. Anh luôn bực mình khi cô ghé qua mà không báo trước.

Cô liếc nhìn điện thoại mình, và tự hỏi liệu có phải điện thoại *của anh* có vấn đề? Không. Cô cũng gọi điện thoại cố định. Anh nói cần suy nghĩ thêm sau khi cô từ chối đưa tiền cho anh để trả tiền xe. Chà, cô không có tiền, nhưng cô đã mua cho anh ấy một món quà Giáng sinh, một món quà nằm ngoài khả năng tài chính của cô. Khi cô ấy đã ở đây rồi, Maurice sẽ không bỏ mặc cô, phải không?

Đặc biệt nếu...

Cô kéo khóa áo khoác xuống thấp và đẩy ngực lên, làm cho đường ngực lấp ló sau lớp áo.

Cô vặn gương chiếu hậu để dậm lại đường kẻ mắt, tô thêm một lớp son mới màu đỏ sẫm, kết hợp với lớp son bóng màu xanh lam tuyệt đẹp để tạo ra ánh tím cho đôi môi. Maurice không hợp với kiểu Goth lắm, nhưng anh hấp dẫn đến nỗi chuyện đó chẳng có nghĩa lý gì. Chuyện yêu đương với Maurice là khởi đầu cho việc cô gia nhập một nhóm bạn hoàn toàn mới. Giờ họ là những người bạn ít ỏi còn lại của cô, sau khi những người bạn *cũ* đã rời bỏ cô để đi học đại học ở những thành phố xa xôi khác.

Cô bước ra khỏi xe và lập tức trượt ngã.

"Chết tiệt"

Món quà của Maurice đập vào lớp tuyết. Cô tự đứng dậy, thầm biết ơn mình đã mang bốt chiến binh, cẩn thận nhích từng bước một trên lối vào, lên những bậc thang gỗ băng giá dẫn đến chỗ của Maurice. Căn hộ bật đèn sáng trưng, âm thanh của những bản nhạc hip-hop Brazil vọng qua lớp kính. Cô có thể thấy mọi người đang di chuyển bên trong.

Tốt rồi. Không có việc gì ...

Cô gõ cửa.

Cánh cửa mở ra. Cassie chạm mắt với một cô gái người Puerto Rico ăn mặc hở hang; Mái tóc xoăn lọn nhỏ được búi chặt. Trên người từ đầu đến chân đều là quần áo thời trang thời thượng, lưng quần bị hạ thấp đến nỗi thật đáng ngạc nhiên là những sợi lông vùng kín của cô ta không ló ra khỏi quần jean. Cassie liếc xuống vào bộ ngực thiếu thốn của mình và theo bản năng kéo khóa áo khoác lên.

"Có, ừm, Maurice ở đây không?" Cô hỏi.

"Ai muốn gặp anh ấy?"

"Tôi là, ừm, Cassie."

Cô nàng buông một ánh nhìn khinh bỉ và đóng sập cửa vào mặt Cassie.

Máu Cassie sôi lên vì giận. Cô đập mạnh vào kính, thật ngạc nhiên khi nó không vỡ. Cánh cửa mở ra lần thứ hai. Lần này, là Maurice đứng trên nền sáng từ căn phòng; một vị nam thần cao, và làn da nâu, người sẽ phù hợp hơn khi xuất hiện trên trang bìa của những tạp chí thời trang hơn là làm một người làm vườn, công việc mà anh đang làm.

"Này em yêu, có chuyện gì thế?" Maurice liếc nhìn ra phía sau anh, rồi bước ra ngoài và đóng cửa lại.

"Em, ừm, mang quà Giáng sinh cho anh" Cô đưa anh chiếc hộp khập khiễng, giờ đang bị móp và dính đầy tuyết.

Miệng của Maurice tách ra thành một nụ cười khêu khích, nó hoàn hảo ngoại trừ một chiếc răng cửa nhô ra như răng nanh của ma cà rồng.

Trái tim của Cassie nhảy nhót. Máu chảy vọt trong các mạch máu khi anh cầm lấy món quà, bàn tay anh nấn ná trên tay cô.

Anh xé mở hộp để lộ chiếc khăn quàng cổ dệt bằng len cashmere màu nâu gụ, len cashmere *thật*, loại không thêm phụ gia hay hóa chất. Anh giơ nó lên dưới ánh đèn huỳnh quang của hiên nhà, ánh đèn làm nó trông ảm đạm hơn bình thường.

"Một chiếc khăn quàng," anh nói mà không mấy nhiệt tình.

Bên trong nhà có tiếng cô gái ré lên, theo sau là một tràng những từ ngữ thô tục tiếng Tây Ban Nha.

"Nó, ừm, em nghĩ nó hợp với màu mắt anh."

Giọng Cassie yếu dần. Được thôi. Món quà thật khiêm tốn. Nhưng đó là món đồ xa xỉ nhất cô có thể mua được, và lúc đó cô tập trung vào việc nó sẽ ấm áp và mềm mại như thế nào chứ không nghĩ rằng anh nhận định nó *chỉ* là một chiếc khăn quàng cổ.

Maurice nở nụ cười giả tạo. "Chắc chắn rồi, thật tuyệt vời."

Anh quay lại về phía cửa.

"Anh định làm gì suốt kỳ nghỉ?" Cô buột miệng. Điều cô *thực sự* muốn hỏi là *'Đứa con gái lẳng lơ đó là ai?'*

Lưng Maurice cứng đờ; Tay anh khựng lại trên ngưỡng cửa.

"Anh bận," anh nói. "Cần tiếp đón vài người, từ nơi khác đến"

"Trong đó có cô gái lúc nãy?"

Maurice nhún vai và mở cửa.

Ngay bên trong, cô gái kia đứng đặt tay vào "vòng ba" đầy khiêu gợi của mình.

"Ai đấy?" Cô ta liếc qua Cassie.

"Không ai cả," Maurice nói.

Cassie hít sâu một hơi. Cảm giác như thể ai đó đã cầm rìu và bổ thẳng vào trái tim cô.

"Không ai cả? Sao anh có thể nói như vậy chứ?"

"Anh đã nói là anh cần suy nghĩ."

"Anh chưa từng nói muốn chia tay với em!"

"Vậy em cho là *cần suy nghĩ* nghĩa là gì chứ?"

Cô gái kia chỉa ngón tay vào mặt Maurice.

"Anh nói chia tay với cô ta nghĩa là sao? Em cho rằng chúng ta là duy nhất của nhau?"

"Đúng vậy," Maurice nói.

"Chờ một chút," Cassie nói. "Tôi và Maurice quen nhau được năm tháng rồi. Tôi ở lại mỗi đêm trừ thứ Hai và thứ Ba."

"Tôi làm ca đêm ở viện dưỡng lão," cô gái kia nói. "Thứ Hai và thứ Ba là ngày nghỉ của tôi." Cô quay sang Maurice. "Đồ khốn bắt cá hai tay. Anh có nói với cô ấy là chúng ta sắp có con không vậy?"

Cassie cảm thấy như thể cô vừa bị đấm gục.

"*Nếu* đúng là con của tôi" Maurice nhún vai.

"Anh mở miệng nói được như vậy sao?"

"Như tôi nói," Maurice nói, "Không ký hay kết gì trừ khi cô xòe cái kiểm tra huyết thống ra, cũng như những đứa khác từng bắt tôi chịu trách nhiệm với bụng bầu của họ vậy "

Cassie đứng đó, há hốc miệng.

"Đồ khốn nạn!" Cô gát tát Maurice.

Maurice nắm lấy tay cô gái và đẩy cô vào trong cửa, đóng sầm nó vào mặt Cassie. Bên trong, cô gái thét lên và có tiếng ai đó tát mạnh vào ai đó. Mắt Cassie nhòe đi vì khóc, cô lao xuống cầu thang và trượt ngã ở bốn nấc cuối cùng.

Nức nở trong cuồng loạn, cô khập khiễng băng qua đường, đi thẳng vào đường đi của một chiếc ô tô đang lao tới. Người lái xe bấm còi đinh tai. Cassie ngã và suýt trượt xuống dưới mũi xe. Người lái xe hạ kính cửa xuống và la lên:

"Đi đường phải nhìn chứ, đồ đần độn!"

"Tôi xin lỗi," Cassie nức nở.

Cô lao vào xe và khởi động máy, khóc nức nở đến nỗi tay cô run rẩy và làm ngập bộ chế hòa khí. Mùi xăng xộc vào lỗ mũi cô. Cô nhìn chằm chằm qua đường vào căn hộ của Maurice. Đằng sau tấm rèm, có bóng người di chuyển. Nam và nữ. Người nam đang kéo người nữ vào trong vòng tay anh ta.

"Thôi nào, đi nào!" Cô lại xoay chìa khóa, cẩn thận chỉ đạp nhẹ chân ga một chút. Chiếc xe khởi động vào lần cố gắng thứ tư. Cô sang số và lái xe ra khỏi con đường để hòa vào dòng xe đông đúc trên Tuyến đường 28.

Giao thông đang đổ về Bell Tower Plaza. Cô nhìn chằm chằm vào cửa hàng nơi cô và Maurice đã học nhảy vào mỗi thứ tư, và sau đó họ sẽ quay lại chỗ anh để qua đêm. Suốt thời gian đó anh ta đã lừa cô như một kẻ ngốc! Cô áp mặt vào vô lăng và khóc. Trong tất cả các đêm, Maurice đã bỏ rơi cô ngay vào đêm Giáng sinh!

Tại sao cô lại bỏ ngoài tai lời bạn bè mình khi họ cảnh báo cô Maurice là một tay chơi?

Chiếc xe phía sau bấm còi inh ỏi, buộc cô phải rẽ phải. Tuyết rơi dày đặc hơn; làm cho con đường phía trước chẳng còn gì ngoài một vệt mờ. Cô đúng là một kẻ thất bại! Theo đuổi một người mà mọi người đều biết là kẻ ấy đang lừa dối cô.

Cuộc sống sau này trải dài trước mặt cô như một bộ phim cấp B khi chiếc xe đến đoạn con đường uốn quanh cái ao, tạo ra những đụn băng dưới tuyết.

Cô có thể nhìn thấy chính mình, mười năm nữa, vẫn làm việc tại quán cà phê cũ, không kiếm được gì ngoài mức lương tối thiểu. Hoặc tồi tệ hơn! Buộc phải làm việc ca đêm tại viện dưỡng lão như mẹ cô, chùi mông cho những ông bà cụ hoặc bị những người già đang chết dần vì căn bệnh Alzheimer nhổ vào. Hay cô sẽ trở thành một kẻ say rượu thảm hại, giống như mẹ mình? Hay cô sẽ chết vì suy thận giống như cha cô, sau một cuộc đời tiệc tùng quá độ?

Chiếc xe của cô lẩy đuôi ngay một tấm biển màu vàng sáng cảnh báo các tài xế rằng thị trấn đã không rải muối cho đoạn đường gần ao này. Cô không biết mình sẽ đi đâu, nhưng cô không thể ở với Maurice và nơi cuối cùng cô muốn đi là về nhà và đối mặt với mẹ cô. Phải nói gì với bà?

Mẹ có nhớ đã nói với con rằng Maurice giống cha con không? Hãy đoán xem, mẹ? Mẹ đã đúng...

Cô đã lái xe đến khúc quanh ngay cây sồi cổ thụ, cái cây những thủy thủ đã trồng vào thời mà con đường được xây dựng cho xe bò thay vì ô tô. Đồng hồ điểm 19:21. Chiếc xe bị lẩy khi lốp xe cố gắng bám vào mặt đường trong tuyết.

Chết tiệt hết đi! Tất cả đều chết tiệt! Maurice sẽ nói gì khi người ta thông báo với anh rằng cô đã gặp nạn sau khi anh bỏ rơi cô? Anh sẽ nói với cô rằng anh thực sự yêu cô? Anh sẽ nói với cô rằng anh xin lỗi? Liệu anh có dành phần còn lại của cuộc đời để hối hận về khoảnh khắc anh bỏ rơi cô vào đêm Giáng sinh không?

Với một tiếng cười nhẹ nhàng, cô hất tay lái về phía cây sồi cổ thụ, hình dung ra những điều tốt đẹp mà mọi người sẽ nói khi đến đám tang của cô. Cô hất tay lái quay trở lại đường, nhưng chiếc xe vẫn tiếp tục trượt, hướng thẳng về phía gốc cây.

Cô thật sự muốn làm vậy sao?

Chết tiệt!

Tiếng còi ré lên khi mặt cô đập vào vô lăng.

Chương 3

Bóng tối.

Lạnh giá.

Cassie mở mắt. Khuôn mặt của cô kẹt giữa khoảng trống giữa vô lăng và cần lái. Cô đang ở đâu? Và tại sao cô không đeo dây an toàn?

Xung quanh cô rít lên một âm thanh khủng khiếp.

Di chuyển khỏi cái còi, đồ ngu. Ra khỏi xe và tìm một người qua đường để được giúp đỡ.

Đột nhiên, cô đứng ngoài xe. Buổi đêm trở nên im lặng trừ cơn gió hú, chỉ là gió không làm lạnh da thịt cô, và không có cơn gió nào thổi được những bông tuyết bằng quả cọ lặng lẽ rơi xuống đường.

Cô tự nguyền rủa sự ngu ngốc của mình. Cái *quái* gì khiến cô đâm xe vào cái cây cổ thụ, ngay cả khi nó chỉ là ý nghĩa trong đầu?

Được rồi, nó không chỉ là ý nghĩ trong đầu. Cô đã có ý đó vào giây phút ấy, nhưng rồi cô đổi ý. Kiểu như đổi ý. Cô rút điện thoại di động ra và cố gắng bấm số, nhưng trong khi màn hình sáng lên, nó lại không hiển thị bất kỳ thanh sóng nào.

Được thôi. Có rất nhiều nhà dân quanh đây. Cô chỉ cần đi bộ trở lại dãy nhà ven đường ngay trước khúc cua quanh bờ ao. Cô đút tay vào túi quần, nhưng thật ngạc nhiên, cô không thực sự thấy lạnh. Cô đập cửa ngôi nhà đầu tiên cô đến, nhưng khi một người đàn ông mở cửa, anh ta nhìn xuyên qua cô như thể cô không hề đứng đó.

"Ai vậy anh?" một giọng nữ hỏi vọng ra từ trong nhà.

"Anh không thấy ai hết—" người đàn ông trả lời trong khi nhìn thẳng vào vị trí cô đứng.

"Chắc lũ trẻ hàng xóm lại chơi khăm," người phụ nữ nói. "Hay những người trong dàn nhạc Giáng sinh?"

Người đàn ông nheo mắt nhìn phía dưới chân Cassie.

"Anh không thấy dấu chân trên tuyết," ông ta nói. "Chắc hẳn nhà mình bị chập điện rồi."

Ông ta ta đóng cửa trước mặt Cassie, giống như Maurice đã làm.

Cái quái gì thế? Họ không thấy cô cần giúp đỡ sao? Cô lau trán. Cô mơ hồ nhớ lại việc đập đầu vào kính chắn gió, nhưng không đau lắm, và cô không thấy máu.

Cô lại bước trong tuyết để sang nhà bên cạnh, chỉ để gặp phải chuyện tương tự, và rồi ngôi nhà sau đó. Cô rùng mình, không phải vì lạnh, mà vì cảm giác sợ hãi tột độ khi cô quay trở lại xe, hy vọng sẽ nhờ được ai đó. Mặc dù đây không phải là một con đường đông đúc, Đường Farmersville thường có xe qua lại, ngay cả vào đêm Giáng sinh.

Cô dừng lại chỗ chiếc xe để lấy ví. Đang gục trên vô lăng là ...chính cô?

"Ôi trời. Đó là mình."

Cô cố gắng lay để đánh thức chính mình, nhưng cơ thể cô không di chuyển. Cơ thể của cô? Chết tiệt! Cô không còn sống trên cơ thể mình nữa!

Cassie hét lên, cố gắng tỉnh dậy. Cô cuối cùng đã làm điều kinh khủng này; điều mà cô không bao giờ có thể hoàn thành trong tất cả những lần tự cắt mình khi thế giới trở nên quá ồn ào. Đã chết. Cuối cùng cô đã chết. Và tệ hơn nữa, không có đường hầm nào xuất hiện để dẫn cô vào ánh sáng, không có Chúa Jesus đến để chào đón cô, và không có người thân đã chết chờ đợi trong một căn phòng lớn màu trắng.

Có phải cô đã bị cấm cửa khỏi thiên đường vì đã tự tử? Một kiểu tự tử. Chà, *có lẽ* cô đã tự tử thật. Cô không thực sự chắc chắn. Cô đã không thực sự nghĩ xem cái chết có ý nghĩa gì khi cô nhắm chiếc xe vào gốc cây, lúc đó cô chỉ nghĩ đến những gì mọi người sẽ nói khi họ nhìn vào quan tài của cô và an ủi mẹ cô rằng cô trông bình yên và hai người họ nên biết ơn khi cô giờ đã có thể an nghỉ ở một nơi tốt đẹp hơn.

Cơn gió gào thét trước đó trở nên ngày càng dữ dội hơn, giống như một con thú khổng lồ đói khát, hú lên để được ăn. Đây không phải là *nơi tốt đẹp hơn* mà cô mường tượng.

"Giờ thì sao nào?" cô hét lên với bầu trời mờ mịt không một ánh sao.

Có tiếng sột soạt của thứ gì đó nghe như chim bồ câu, chỉ là nó lớn hơn, lớn hơn *rất nhiều*, đã thu hút sự chú ý của cô về phía bầu trời. Một bóng người to lớn, u tối, được đỡ bởi một đôi cánh khổng lồ đang hạ xuống mặt đất. Anh ta trông không giống như những bức tranh mà mẹ cô treo trong phòng tắm cùng với những lời cầu nguyện được đóng khung cho những hướng dẫn tâm linh và những lời tán dương cho New Age chẳng hạn như các Luân xa và sự hiện diện của "bản ngã".

Thiên thần được phủ từ đầu đến chân trong màu đen; Đôi cánh của anh tối đến nỗi dưới ánh đèn đường, chúng lấp lánh gần như màu tím. Anh ta đi đôi bốt da màu đen với rất nhiều khóa, loại mà những người đi xe đạp thích mang, quần jean da đen bó sát, và một chiếc áo phông đen che một bộ ngực vạm vỡ. Mái tóc cắt ngắn của anh cũng đen tuyền giống như đôi cánh, và bên dưới đôi lông mày đen là đôi mắt màu xanh tím sâu thẳm nhất mà cô từng thấy, xung quanh là hàng mi dài và dày như thể anh ta đã dùng chì kẻ mắt Goth, nhưng cô có thể chắc chắn chúng là tự nhiên.

Trên cổ tay anh đeo vòng tay bằng da màu đen được đính những chiếc gai nhọn, mạ crôm, và quanh chiếc eo nhỏ là một chiếc đai súng bằng da đeo thấp. Vòng qua ngực anh là những đai đạn kép - thứ những tay súng đeo trong các bộ phim cao bồi viễn tây, nhưng thay vì nhét những viên đạn, chúng đựng những ngôi sao và hàng chục con dao bạc mảnh khảnh. Cô nhận ra thứ gắn trên đùi anh mà lúc đầu cô cho là một khẩu súng sơn có lẽ là súng *thật*, giống như thanh kiếm treo trên phía hông đối diện.

Cô chờ đợi anh ta đọc một lời tuyên bố sâu sắc, chẳng hạn như *'hoan nghênh Cassie duyên dáng'* nhưng tất cả những gì anh ta làm là nhìn chằm chằm như thể cô là một kẻ quái dị.

"Ưm ...xin chào?"

Cô khẽ vẫy tay chào anh ta.

Anh ta không di chuyển, thậm chí không vung cánh hay làm điều gì đó theo kiểu thiên thần, hay theo cách cô ấy luôn luôn nghĩ rằng một thiên thần sẽ cư xử.

"Anh đến đây để mang tôi đến thiên đường ư?"

Thiên thần nhìn cô một cách vô cảm.

"Hoặc, ừm ... anh biết đó..." Cô liếc xuống tuyết dưới chân mình. Cô không thể ép mình phải thốt lên những lời *'hoặc đưa tôi xuống địa ngục vì tội tự tử'*.

Thiên thần xếp đôi cánh ra sau lưng và nhìn cô chằm chằm với một ánh mắt khó lý giải, khiến cô cảm thấy như thể anh có thể nhìn xuyên qua cô bằng đôi mắt màu xanh tím đó. Ai biết được, có lẽ anh *có thể* nhìn xuyên qua cô? Rốt cuộc, cô là một con ma.

"Anh đến để giúp tôi sao?"

"Không,"anh ta trả lời cộc cằn. "Tôi tình cờ bay trên kia và nghe thấy một tên ngốc hét lên *'bây giờ thì sao'*."

Anh liếc nhìn chiếc xe nơi cô, hay chính xác hơn là *cái xác* của cô, vẫn nằm gục trên vô lăng.

"Anh không phải thần chết hay thứ gì tương tự à?" she asked. "Phải không?"

Thiên thần nhún vai. "Không hơn bất kỳ thiên thần nào khác, tôi đoán. "

"Ý anh là anh không đến đây để dẫn đường cho tôi đi đến thiên đường?"

"Không phải việc của tôi."

"Vậy thì là việc của ai?"

"Không phải của tôi—" Thiên thần nhìn chằm chằm vào khoảng không như thể anh ta sắp trễ hẹn.

Anh vươn đôi cánh và chuẩn bị bay lên.

"Chờ đã!" Cassie nhảy về phía anh. "Xin làm ơn! Hãy cho tôi biết tôi phải làm gì?"

Thiên thần nhìn xung quanh.

"Theo lẽ thường cô sẽ bước vào ánh sáng để họ tái tạo lại ý thức của cô trong một cơ thể mới."

"Tôi nghĩ tôi sẽ được đến thiên đường mới đúng?"

Thiên thần khịt mũi như thể anh nghe thấy một thứ đáng ngạc nhiên.

"Thiên đường không tồn tại, nhóc. Chỉ có một cuộc đời mà thôi, sau đó là một cuộc tá túc ngắn ngủi ở *khoảng giữa,* và sau đó, là cuộc đời tiếp theo để lặp lại những sai lầm thối tha tương tự cho đến khi cô nhận ra mình đã làm gì sai."

"Ý anh là Chúa không tồn tại?"

"Chúa ư?" thiên thần cười. "Chúa không có thời gian để lo cho một đứa trẻ vừa cố tình đâm xe vào cây."

"Anh *đã* chứng kiến!" Cassie la lên. "Anh là thiên thần hộ mệnh của tôi đúng không?"

"Không có thứ gì như thế cả, nhóc à."

Thiên thần gồng cơ tay lên và nhìn chằm chằm vào nó, có thể anh đang buồn chán. Thật lòng mà nói, thiên thần còn hấp dẫn hơn cả Maurice. Một ý nghĩ nghịch ngợm bay vào tâm trí cô. Có lẽ...

"Quên đi, nhóc—" Thiên thần nhìn cô với vẻ ghê tởm. "Ngay cả khi tôi không, ồ, lớn hơn cô vài nghìn tuổi, điều cuối cùng tôi làm là thích một *đứa trẻ* không suy nghĩ được cho chín chắn."

Ô, tuyệt, và anh ta đọc được suy nghĩ của cô.

"Tôi cứ nghĩ thiên thần tồn tại để *chăm nom* cho sự sống?"

Thiên thần cười; một âm thanh đáng ghét, khàn khàn.

"Nhóc à, cô chết rồi. Nhớ chưa?"

Cassie trừng mắt với anh ta.

"Vậy anh là thiên thần *sa ngã* rồi?"

Thiên thần càng cười to hơn. Nó làm cô nhớ đến những người cuồng bóng đá khi họ chơi khăm ai đó và cùng cười như một đội.

"Nghe này, nhóc," thiên thần nói. "Tôi không ở đây để cứu cô. Tôi không phải là thiên thần sa ngã. Và ngay cả khi cô không chết, thì đây không phải là chuyện tình lãng mạn vớ vẩn khi một thiên thần nóng bỏng từ trên trời rơi xuống để giải cứu cô khỏi cuộc sống trần thế tẻ nhạt, buồn chán. Cô đã chết. Cô chết vì đâm xe vào một cái cây." Anh ta nhún vai. "Vì vậy, hãy đi vào ánh sáng như một cô bé ngoan để tôi có thể tiếp tục với một ngày tồi tệ của mình"

"Ánh sáng nào cơ?"

"Ánh sáng cô nên thấy khi cô chết," thiên thần nói. "Cô lẽ ra nên đi theo nó đến bãi rác, nơi họ thu xếp và giao cho cô một cơ thể *mới* để làm lại từ đầu."

"Làm lại từ đầu?"

"Ừ," thiên thần nói. "Cuộc sống như trường trung học vậy thôi, Chúa cho cô học đi học lại đến khi cô thuộc bài và tốt nghiệp."

"Sau khi tốt nghiệp thì sao?"

"Biết chết liền. Tôi có phải người đâu."

Cassie biết cô không nên tức giận, dù sao cũng chết rồi, nhưng thật sự là.. chết tiệt! Gã ất ơ này, dù là thiên thần đi nữa, đang nghĩ anh ta là ai? Quà của Chúa?

"Có ai nói cho anh biết anh là một tên khốn chưa?"

Thiên thần cười. "Tôi nhận tội."

"Anh tên gì, thiên thần?"

"Cô mạnh dạn đấy."

"Câu hỏi đơn giản mà," cô gắt lên. "Anh tên gì?"

"Jeremiel." Thiên thần làm điệu bộ cúi chào. "Sẵn sàng phục vụ, thưa quý cô."

"Tôi không phải quý cô nào hết," Cassie nói. "Tôi là Cassie. Một cô gái bình thường."

"Rất vui được gặp cô, Cassie." Anh ta giả vờ nhìn đồng hồ dù rõ ràng chẳng có gì phía dưới găng tay đầy gai của mình. "Nếu cô không phiền thì tối nay tôi khá bận. Chỉ cần cô ngoan ngoãn bước vào luồng sáng, tôi có thể tiếp tục làm việc của mình."

"Tôi nói tôi không thấy luồng sáng nào hết," cô nói. "Chỉ có bóng tối. Và tiếng hú ghê rợn đó."

Jeremiel nhíu mày.

"Cô nghe thấy tiếng hú?"

"Đúng," cô nói. "Càng ngày càng to."

"Vậy không ổn rồi." Nụ cười nhạo báng của Jeremiel biến mất.

Cảm giác sợ hãi lan tràn trong người cô.

"Tiếng hú đó là sao?"

"Nghĩa là Hư vô sẽ đến."

"Hư vô?"

"Đúng," Jeremiel nói. "Cô biết đấy. Lúc khởi nguyên, chỉ có Hư vô, sau đó Chúa biến Điểm Kỳ Dị thành những mảnh vụn, rồi tiếp theo như mọi người biết, Chúa và Ác quỷ chơi cờ, cược với nhau bằng mạng sống nhân loại."

"Trong kinh thánh đâu có nói thế," cô nói.

"Giờ cô đã thành chuyên gia về kinh thánh rồi à?"

"Tôi có nói tôi không phải đâu."

"Tốt," Jeremiel nói. "Vì kinh thánh đã được dịch đi dịch lại quá nhiều lần, không ai nhớ phân nửa cuốn sách muốn nói về cái gì."

Cassie bị bất ngờ bởi thiên thần đang coi thường cuốn sách mà cô đã được dạy là phải tin là mọi thứ trong đó đều đúng từ khi sinh ra, ngay cả khi *cô* không tin. Được rồi, theo như thiên thần nói, cuốn sách đúng được phân nửa, nghĩa là nhiều hơn 50% so với những gì cô tin. Nhưng một nửa nào là đúng? Và nó được dịch *tệ* đến mức nào? Tệ hơn điểm D- của cô khi học tiếng Pháp chăng?

"Anh không như tôi mong đợi."

"Cô *đã* mong đợi gì?" Jeremiel cau có. "Áo choàng trắng và đàn hạc?"

"Không, ừ, có lẽ vậy," Cassie nói. "Ít nhất không phải *anh*."

Jeremiel nhìn chằm chằm vào tuyết rơi, sau đó nhìn xung quanh.

"Cô chắc chắn không thấy luồng sáng nào hả nhóc?" anh ta hỏi.

"Không thấy gì hết."

Bộ lông sẫm màu của anh xào xạc. Casie nhìn chằm chằm vào chúng, nhưng bất kể cô véo tay mình bao nhiêu, cô không thể khiến đôi cánh ấy biến mất khỏi anh ta, một anh chàng rất bình thường, nóng bỏng, cao ráo, theo phong cách Gothic. Nếu cô biết có một người như *anh* chờ cô ở đầu kia của tất cả những lần cắt cổ tay, những chai thuốc cô nhìn chằm chằm suốt nhiều năm qua, mong cô đủ dũng cảm tự vẫn, có thể cô đã tự kết thúc sớm hơn rồi.

"Ngừng tự huyễn hoặc với đôi cánh của tôi, tập trung vào việc ra khỏi đây đi nhóc-" thái độ hữu hảo của thiên thần biến mất. "Những linh hồn như cô không tồn tại được lâu, những kẻ xấu xa sẽ sớm bắt được cô thôi."

"Tôi tưởng anh nói không có thiên đường?" cô hỏi.

"Đúng." Đôi mắt Jeremiel trở nên đáng sợ. "Nhưng tôi không nói rằng không có địa ngục."

Chương 4

Cassie cảm giác như mình vừa nuốt trọn một viên gạch vào bụng.

"Có địa ngục thật à?"

Đôi cánh đen tuyền của Jeremial cháy bùng lên, làm cô liên tưởng đến một con diều hâu ngày trước khi nó bổ nhào vào người ta. Cô đã từng ngu ngốc quan sát một con diều hâu đuôi đỏ khi nó bay từ cột điện này sang cột khác, kêu rít lên khi nhìn xuống mặt đất. Cô đã lãnh trọn móng vuốt của nó vào mặt, vết sẹo chạy dọc thái dương của cô, giống như của Harry Potter vậy.

Cô lùi lại.

"Nghe này, nhóc," Jeremiel nói, "Nếu cô định ở lại đây vì bất cứ lý do gì, quên nó đi. Có vài thứ thật sự kinh tởm ở *khoảng giữa*. Chúng sẽ ăn cô thay bữa tối."

Cassie ép lưng dựa vào chiếc xe. Cô cảm giác sắt thép thật mỏng manh, như thể cô có thể đi xuyên qua chúng. Có vẻ cô cũng chưa từng phải mở cửa xe.

"Dừng lại," cô thì thầm "Anh làm tôi sợ đấy."

"Tôi không đùa đâu nhóc!" Jeremiel hét lên. "Đi nào, ra khỏi đây. Cút!"

Lời nói gay gắt, nhưng biểu cảm anh ta thì không, điều đó còn đáng sợ hơn. Anh ta đứng rất gần, gần đến nỗi cô có thể vươn tay chạm vào bộ ngực vạm vỡ với dây đeo vũ khí vắt chéo của anh ta. Vũ khí *thật*. Không phải những thứ bọn đầu trọc mặc để cho ngầu.

Thiên thần cao hơn hai mét, thậm chí cao hơn cả Maurice, dưới cằm là ba vết sẹo như thể có thứ gì đã ngậm đầu anh ta và cố gắng cắn rời nó ra, như bức ảnh một anh chàng người Úc suýt bị cá sấu ăn mà Cassie đã từng xem. Trên dây đeo cổ tay anh ta là một vết sẹo lởm chởm chạy dọc lên rồi biến mất sau tay áo sơ mi đen, và đường chân tóc anh ta có bốn dấu móng vuốt bị phủ bởi lớp tóc đen dài.

"Ch...Chúng là gì?" Cassie lắp bắp.

"Những thứ *tà ác*." Jeremiel cúi xuống để mặt anh ngang với cô "Thực sự tà ác. Vì bất cứ lý do gì mà cô còn nán lại thì cũng không đáng. Bỏ đi, hãy đi về phía ánh sáng."

Cassie nuốt nước bọt. "Tôi có thấy ánh sáng nào đâu."

"Cô từng giết người chưa?"

"Chưa."

"Cô đã làm điều gì thật xấu xa chưa? Như làm chứng chống lại ai đó, rồi họ bị xử tử hoặc tù chung thân?"

"Đổ tội cho Jackie Souze vẽ lên bảng bằng bút lông vĩnh viễn hồi lớp hai, có tính không?"

"Không."

Cassie liếc về phía sau, nhìn vào chiếc xe, nơi cơ thể cô nằm gục trên vô lăng.

"Anh có thể đưa hồn tôi về lại cơ thể không?"

"Không làm được, nhóc à."

Đôi mắt Cassie đẫm lệ. Cô mới mười tám tuổi! Và giờ đây, không chỉ cô đã *chết*, mà cô còn bị kẹt trong một tình huống vô định với một thiên thần vừa bảo cô cút đi. Và đó là sau một đêm Giáng sinh vốn dĩ đã thật tệ.

"Ôi không," Jeremiel nói. "Đừng làm vậy chứ?"

"Làm gì?" Cassie nức nở.

"*Chuyện này*." Anh ta trông không thoải mái.

"Tôi không biết mình đã làm gì sai!" Cassie nức nở.

"Thế còn những tội khác trong bảy tội lỗi chết người?"

"Tôi tưởng anh nói không có thiên đường, còn Chúa thì không quan tâm?"

Cô lau mũi lên áo khoác.

Biểu hiện của Jeremiel dịu lại.

"Tôi không nói ông ta không quan tâm," anh nói. "Tôi nói ông ta quá bận với những việc quan trọng, ông ta không thể chạy theo loài người để đáp ứng những lời cầu nguyện như kiểu xin thêm mấy viên kẹo được."

Ngực Cassie run lên khi cô cố kìm lại cơn nức nở của mình.

"Tôi sợ lắm."

"Tôi biết, cô là một đứa trẻ thôi." Jeremiel chạm vào má cô. "Đừng khóc, được rồi. Chúng ta sẽ tìm cách. Sau đó cô có thể đi vào ánh sáng, tôi có thể lo việc của mình."

Chỉ là một ngón tay, nhưng nó tràn đầy sức mạnh trấn an, đó là thứ duy nhất cô cảm nhận được từ khi mình chết.

Cô vươn tay chạm vào cánh anh ta. Jeremiel giằng lại.

"Đừng..."

"Tôi chỉ muốn..."

"Không ai được chạm vào cánh tôi," anh nói. "Cô hiểu chưa? Nếu muốn tôi giúp, phải tuân thủ quy tắc. Quy tắc số một. Đừng chạm vào cánh tôi."

"Tại sao?"

"Cô thích bị người khác sờ mông không?" Anh hỏi.

"Không."

Anh ta nhét phần cánh vào sát lưng để mình trông giống người hơn.

"Vậy nhất trí nhé? Cô đừng chạm vào cánh tôi, tôi sẽ không sờ mông cô."

Cassie sụt sịt "Được."

Jeremiel đưa tay ra và Cassie nắm lấy. Hơi ấm khiến cô an tâm và cảm giác như mình vẫn còn sống.

"Chúng ta đi đâu đây?"

"Cô nói đi?"

"Có phải như phim *A Wonderful Life*, anh sẽ cho tôi xem điều gì sẽ xảy ra nếu như tôi chưa từng sinh ra?"

"Tôi làm thế thì cô sẽ chịu biến đi à?"

Cassie suy nghĩ một chút.

"Không," cô nói. "Mẹ tôi, bà ấy đã nói với tôi mỗi ngày từ khi cha tôi bỏ rơi bà, cuộc sống bà sẽ tốt hơn biết bao nếu không có *tôi*. Tôi không làm gì khác ngoài việc nghĩ về chuyện tào lao như vậy trong mười tám năm qua."

Cơ dưới má Jeremiel co giật. Đôi mắt xanh tím của anh cứng lại, nhưng cô không nghĩ anh giận *cô*.

"Đôi khi mọi người vô ý nói những điều như vậy."

"*Chắc chắn* bà ấy nghĩ vậy mà."

Nỗi đau đó cô đã mang theo từ ngày cha cô rời đi, ép vào ngực cô. *Ngực của thi thể mình*, Cassie tự nhủ.

Jeremiel nhìn chằm chằm vào tiếng hú trong bóng tối, khi họ đang nói chuyện, nó đã lớn hơn. Khi anh nhìn cô lần nữa, anh có một tia kiên định, như thể anh đã có một kế hoạch.

"Được rồi," anh nói. "Điểm dừng đầu tiên, trạm không-phải-mọi-thứ-đều-do-cô."

Anh vung đôi cánh đen tuyền.

Một tia sáng hiện ra, và họ đã biến mất.

Chương 5

Cassie thở hổn hển khi cô thấy vô cùng lạnh, một thứ lạnh lẽo cô chưa bao giờ trải nghiệm, nhưng trước khi cô kịp kêu lên, Jeremiel đã kéo cô về hướng khác.

"Gì vậy...!"

Cô không thể nói tiếp khi cô nhận ra cảnh vật nơi này. Nhà. Cô đã về nhà. Có điều đó không phải căn hộ tầng hầm tồi tàn cô và mẹ đang ở hiện giờ, mà là ngôi nhà họ đã mua trước khi cha cô rời đi.

Một phiên bản trẻ hơn của cô, vẫn còn sống và không quá năm tuổi, đang quỳ trên chiếc ghế dài, nhìn ra ngoài cửa sổ. Khuôn mặt nhỏ nhắn của cô liếc qua tấm màn ren mỏng, mũi cô áp vào mặt kính mờ dần theo từng hơi thở vì cái lạnh buốt giá ngoài trời.

Một ngôi nhà thật đẹp với một hàng rào màu trắng và một phòng tắm ngay bên ngoài nhà bếp, cho tới khi mẹ cô thổi bay tất cả với thói nghiện rượu của bà.

"Chúng ta đang ở đâu?" Cô hỏi.

"Cô nói đi." Jeremiel thu đôi cánh lại vào lưng mình để khỏi quật ngã cây thông Noel. "Cô đưa chúng ta đến đây mà."

"Tôi?" cô nói. "Tôi có làm gì đâu. Anh mà."

"Cô thôi cãi nhau đi, tập trung vào việc nào."

Cassie nhăn mũi. Cô luôn nhớ đây là một tổ ấm hạnh phúc, nhưng khi cô ở đây, cô nghe thấy mùi ẩm mốc trong không khi. Cây thông Giáng sinh vẫn như trong ký ức, như một ngọn hải đăng sáng chói đầy hy vọng trong một quãng thời gian lẽ ra thật đen tối của đời cô, nhưng phần còn lại của ngôi nhà đã cũ kỹ và hao mòn. Đúng như cô nhớ, không có quà dưới gốc cây Giáng sinh. Không món nào cả.

"Mọi thứ đều nhỏ hơn tôi nhớ." cô nói.

Jeremiel chỉ vào cô bé cạnh cửa sổ. "Mọi thứ luôn nhỏ hơn khi cô còn là một đứa trẻ."

Cassie bước lên quan sát chính mình. Cô bé Cassie trút hơi thở lên cửa sổ và chăm chú nhìn vào màn sương.

"Cô bé nghe được chúng ta không?" Cô hỏi.

"Không," anh nói. "Cô chết rồi. Nhớ không?"

"Có ai bảo là anh thật xấu tính không?"

Jeremiel vô tư rung rinh lông vũ của mình. Làn gió từ đôi cánh anh làm đồ trang trí trên cây đung đưa.

"Cô đang chờ cái gì?" anh hỏi.

Một cơn đau nhói trong tim cô. "Cha tôi. Lẽ ra ông ấy sẽ đến đón tôi đến nhà ông mừng Giáng sinh."

"Lẽ ra...?"

"Ông ấy không đến," cô thở dài. "Mẹ nói ông ấy bị ốm."

"Khi nào thì bố mẹ cô chia tay?" anh hỏi.

"Bố luôn đến và đi," cô nói. "Ông không thể chịu nổi việc luôn bị mẹ làm phiền."

"Tại sao cô không bỏ đi?"

Cassie nghịch áo khoác. Đúng rồi... tại sao mình không bỏ đi?

"Mẹ nói điều đó sẽ làm bà buồn lắm, bà ấy sẽ chết mất."

"Đó là lý do duy nhất à?"

Cassie nhìn về cô bé khi cô bé nhìn ra cửa sổ, chờ đợi một người cha không bao giờ đến.

"Tôi sẽ đi đâu?"

Vẻ mặt của Jeremiel dịu đi. "Mọi người đánh giá thấp tầm quan trọng của việc có một nơi nào đó để trở về. Một cảng tránh gió. Và một gia đình để nương tựa."

"Làm sao anh biết được," Cassie nói. "Anh là một thiên thần."

"Thiên thần có gia đình."

"Tôi tưởng thiên thần được tạo ra bởi Chúa?"

Jeremiel nhướng một bên lông mày; miệng anh nhếch lên thành một nụ cười khinh khỉnh.

"Cô có bao giờ thắc mắc tại sao cuốn Sách Sáng Thế lại đề cập đến thần với xưng danh chúng ta không?"

"Tôi thực sự chưa bao giờ nghĩ đến."

"Chúa tạo ra chúng ta thông qua quá trình tiến hóa tự nhiên." Anh trao cho cô nụ cười kiên nhẫn như thể cô là một đứa trẻ mẫu giáo. "Vì vậy, tất cả chúng ta đều được tạo ra bởi Chúa, và vâng, tất cả chúng ta đều được tạo ra bởi quá trình tiến hóa tự nhiên. Tôi có mẹ và cha, giống như cô vậy."

"Vậy gia đình anh có rối ren như của tôi không?" cô hỏi.

Đôi mắt anh híp lại thành một nụ cười.

"Không," anh nói. "Nhưng có vài ngày xấu trời tôi sẽ muốn bóp cổ mấy người anh em của mình."

"Tôi không có anh chị em," Cassie nói với vẻ đăm chiêu.

"Không, cô có đó."

"Tôi là con một."

"Cô là con một của mẹ cô." Nụ cười của anh biến mất. "Cô có ba anh trai và một em gái cùng cha khác mẹ."

Cassie trố mắt. "Cha tôi có thêm con?"

Jeremiel đưa tay ra, vẻ mặt đầy thương hại, có thể đó là tất cả lòng thương hại mà một thiên thần cao hơn hai mét và mặc quần áo gothic có thể thể hiện ra. "Lại đây. Tôi cảm thấy cô cần phải xem chuyện đang diễn ra trong phòng khác."

Cassie nắm lấy tay anh, và cảm thấy một cảm xúc tê dại dễ chịu. Cô đã từng cảm nhận cảm giác đó trước đây, nhưng chưa bao giờ gắn nó với một người cụ thể nào. Cô tự hỏi liệu đây có thực sự là lần đầu tiên Jeremiel đến đây, hay có lẽ một thiên thần nào đó đã ghé qua và cô đã cảm nhận được họ?

Anh dẫn cô vào nhà bếp; nó giống như phòng khách, nhỏ hơn trong ký ức của cô, cũ kỹ hơn rất nhiều, với tủ bếp màu nâu sẫm và quầy bếp bằng Formica màu cam chỏi chan chát với khăn trải bàn và khăn lau bát.

Mẹ cô đang ngồi chỗ bàn và nghe điện thoại, tay áp vào trán khi nhìn chằm chằm vào đống hóa đơn. "Làm sao tôi có thể nuôi nấng con bé nếu anh không trả tiền cấp dưỡng nuôi con chứ?"

Cassie không thể nghe thấy đầu dây bên kia đang nói gì, nhưng từ nội dung cuộc trò chuyện, cô đoán mẹ đang nói chuyện với cha cô.

"Ý của anh là sao -tôi- nên nuôi con bé vì tôi có việc làm? Vậy tại sao anh không kiếm việc làm đi chứ?"

Lại vài tiếng rè tối nghĩa ở bên kia

"Tôi không quan tâm chuyện tòa án yêu cầu anh phải trả tiền cấp dưỡng nuôi con cho bạn gái của anh trước", mẹ cô hét vào điện thoại. "Anh đang là chồng tôi khi làm cô ta mang thai. Anh nên trả tiền cho tôi trước! Chứ không phải con ả đần độn kia!"

Sự tức giận đối với mẹ vì đã đẩy cha cô đi hòa cùng với nỗi kinh hoàng khi nghe những gì Jeremiel vừa nói là sự thật. Mẹ cô đã ám chỉ rằng cha cô là một tay chơi, nhưng bà chưa bao giờ tiết lộ lý do họ chia tay là vì cha cô đã ngoại tình.

Cassie quay sang Jeremiel. "Nói cho tôi biết là chuyện này không phải sự thật đi?"

Jeremiel nhìn mẹ cô, vẻ mặt u ám. Anh siết chặt tay Cassie đến mức cô thấy đau, nếu như cô chưa chết và đã mất hết cảm giác.

"Nghe này," mẹ cô hét vào điện thoại. "Anh không thể chỉ xuất hiện vào đêm Giáng sinh, uống rượu và mang con bé đi ăn tối, sau đó bỏ mặc nó cho đến khi mẹ anh lại muốn tụ tập các cháu cho buổi họp mặt gia đình. Nếu anh không nuôi dưỡng con bé, thì anh không được gặp nó nữa! "

Cassie nghe thấy tiếng cha mình dập mạnh điện thoại ở đầu dây bên kia, kể cả từ chỗ cô đứng.

"Này? Này?" Mẹ cô nhấn nút. Bà đập ống nghe xuống, rồi gục đầu vào tay mình và bắt đầu nức nở.

Jeremiel vươn tay qua để lấy hóa đơn.

"Thấy chưa," Cassie nói yếu ớt. "Tôi đã đúng. Bà ấy đẩy cha tôi đi."

"Phải vậy không?" Anh ta chìa ra các hóa đơn.

"Anh muốn tôi làm gì với những thứ này?"

"Đọc chúng đi."

Cassie nhìn chằm chằm vào người mẹ đang nức nở của mình, và sau đó lướt qua các hóa đơn. Trong số đó có cuốn séc của mẹ cô, mãi mãi bị thấu chi.

"Mẹ tôi không thể quản lý chi tiêu," cô nói.

Jeremiel nghiêng đầu về phía các hóa đơn. "Đó là bảng lương của bà ấy hả?"

Cassie xem xét nó. "Ừ."

"Bà ấy đã làm việc bao nhiêu giờ vào tuần trước?"

Cassie cố nhẩm tính. "67."

"Và bà ấy kiếm được bao nhiêu mỗi giờ?"

"Mười hai đô la một giờ."

"Cũng bằng khoảng cô kiếm được hiện tại đúng không?" anh ta hỏi.

Cassie biết thế nào anh ta cũng nói vậy. "Không giống nhau."

"Sao lại thế?"

"Tôi không phải nuôi con," Cassie nói. "Nếu tôi là bà ấy, tôi sẽ làm tốt hơn."

"Ở đâu?"

Đúng. Ở đâu? Cô đã nộp bao nhiêu đơn xin việc ở những nơi khác, chỉ để nhận cậu trả lời là họ chỉ có công việc bán thời gian?

"Ai trông chừng bé Cassie khi mẹ cô đang làm việc?" Jeremiel hỏi.

"Người giữ trẻ."

"Ai trả tiền cho người giữ trẻ?"

Cassie cảm thấy một cái thòng lọng đang siết chặt quanh cổ mình.

Jeremiel không đợi câu trả lời của cô mà cúi xuống thì thầm điều gì đó vào tai mẹ cô, người vẫn đang nức nở. Mẹ cô nhìn lên như thể bà vừa nghe thấy tiếng anh ta, rồi đi thẳng vào phòng ngủ để chui xuống gầm giường.

"Mẹ tôi đang làm gì vậy?" Cassie hỏi.

"Hãy xem đi."

Mẹ cô lôi ra một cái hộp cũ và lục tung nó ra; những thứ cũ kỹ, những thứ đã từng là của bà khi còn là một cô bé. Cassie có thể nhớ ngày bà ngoại của cô gửi chúng tới bằng xe giao hàng, cùng với một bức thư nói với mẹ cô rằng họ đã từ mặt bà. Cuối cùng thì mẹ cô cũng tìm được thứ bà ấy muốn. Một con búp bê cũ nát, có lẽ là từ thời thơ ấu của chính bà. Bà ấy hôn lên trán nó, rồi gói nó vào hộp đựng giày, cùng với một bộ quần áo búp bê.

"Tôi không nhớ mình có nhận được con búp bê đó vào Giáng sinh," Cassie nói.

"Không phải sao?" Jeremiel hỏi.

Mẹ cô đã đi ra khỏi phòng ngủ, giống như những căn phòng khác trong nhà, nó nhỏ hơn và tồi tàn hơn nhiều so với ký ức lý tưởng của cô. Đột nhiên...

"Ồ, phải, tôi nhớ con búp bê đó ..."

Jeremiel hờ hững nhún vai, nhưng cô có thể thề rằng anh đã che giấu một nụ cười.

"Anh thay đổi nó, phải không?"

"Bản chất của thời gian vượt xa thứ con người có thể hiểu biết ."

"Anh đã thay đổi quá khứ của tôi."

"Tôi chỉ nhắc nhẹ giải pháp cho vấn đề," ông nói. "Mẹ của cô đã làm điều đó. Không phải là tôi."

"Vấn đề gì?"

"Toàn bộ lý do ngay từ đầu bà ấy đã gây gổ với cha cô."

"Bởi vì bà ấy không có tiền để thanh toán các hóa đơn?"

"Bởi vì bà ấy không có tiền để mua quà Giáng sinh cho cô." Anh chỉ về phía hành lang. "Đó là điều mẹ cô nhớ nhất về Giáng sinh năm nay. Không phải việc bố cô ngừng lui tới, hay ngôi nhà bị tịch thu vài tháng sau đó và khiến cả hai người không có nhà ở, mà đó là Giáng sinh mà bà đã thất bại trong vai trò một người mẹ."

"Bà ấy đã thất bại thật", Cassie nói.

"Phải vậy không?"

Cassie nhìn chằm chằm xuống hành lang.

"Cha tôi không đến," cô nói. "Và không có quà dưới cây thông vào ngày hôm sau. Chỉ có mẹ tôi, và bà nói rằng đó là lỗi của cha tôi."

"Đó đúng là lỗi của ông ta."

Cassie ngoảnh mặt đi.

Jeremiel đưa tay ra.

"Đến đây," anh ta nói. "Còn có thứ khác cô cần xem."

Chương 6

Lần này cô không hề hoảng sợ khi Jeremiel kéo cô vào hư không, nơi làm cô cảm thấy như thể đang rơi tự do. Cô nghĩ anh sẽ đưa cô đến gặp cha cô, nhưng thay vào đó là về tháng Tám và cô thì bị nhét vào ghế sau xe của Maurice. Cassie-đang-còn-sống và Maurice ngồi ở ghế trước, họ đang tranh cãi gay gắt về việc cô sẽ thi vào đại học.

Jeremiel đứng bên ngoài nhìn vào, mặc dù cô nghi ngờ việc anh ta có ngồi vừa hay không. Cô tự hỏi sải cánh của anh ta lớn đến mức nào?

"Tại sao chúng ta lại ở đây?" cô hỏi.

"Cô muốn mà?"

Cô chứng kiến cảnh mình tranh luận với bạn trai cũ; một tên khốn lăng nhăng hai mặt. Trải nghiệm mới đây của cô về sự khốn nạn của hắn ta không giúp làm dịu bớt nỗi đau khi cô nhìn ngắm những đường nét tuyệt đẹp đó và ngạc nhiên trước những gì cô đã làm để thu hút một anh chàng đẹp trai chết người như vậy.

Một thiên thần cánh đen với vẻ đẹp thậm chí còn chết người hơn nhiều, kẻ đang cố gợi nhớ ký ức đau đớn của cô, thúc vào vai cô.

"Tập trung, nhóc," anh nói. "Ta không rảnh để phí phạm cả đêm đâu."

Anh ta chỉ tay vào cặp đôi đang cãi nhau trên ghế trước của ô tô.

Cassie-còn-đang-sống cố gắng lý luận với bạn trai của mình.

"Nhưng bà em nói rằng em có thể đến sống với bà để đi học," Cassie-còn-sống tranh luận với Maurice. "Anh đã có xe hơi. Anh có thể đến thăm em vào cuối tuần."

"Vậy là em sẽ bỏ anh để đi học ư?" Maurice dùng động tác tay để nhấn mạnh lời nói của mình, một thói quen Cassie-còn-sống cho rằng đáng yêu. Cassie-đã-chết để ý thấy việc một người đàn ông to lớn như Maurice nhấn ngón tay vào ngực cô trông đáng sợ như thế nào.

"Em không bỏ rơi anh," Cassie-còn-sống nói. "Em chỉ không muốn mắc kẹt ở đây cả đời."

"Anh tưởng rằng em yêu anh đấy?" Maurice bĩu môi. "Tại sao em lại muốn bỏ anh lại? Có phải vì mẹ của em nói rằng anh không đủ tốt?"

"Em yêu anh," Cassie-còn-sống nói, "nhưng em muốn sống một cuộc đời tử tế, để không trở thành một người đàn bà cay đắng như mẹ em."

Cassie-còn-sống chạm vào má Maurice; ánh mắt cô đầy tội lỗi.

Cassie-đã-chết để ý cách Maurice chớp đôi mi một cách phóng đại, giống như cách một cô gái sẽ làm khi cố thao túng ai đó

"Em đã năn nỉ anh mua chiếc Audi này," Maurice nói. "Và bây giờ em đang nói rằng em sẽ không ở lại để cùng anh trả tiền mua nó?"

Cassie-đã-chết cảm thấy chóng mặt lạ thường, như thể thế giới đang xoay tròn và cô sắp bị hút xuống lỗ thoát nước của bồn tắm.

"Tôi nhớ cuộc cãi vả này không phải như vậy—" Cassie trừng mắt nhìn Jeremiel. "Anh cũng thay đổi nó à?"

"Vẫn chưa," anh nhếch mép. "Có lẽ cô nên chú ý hơn vào điều cô quay về để xem lại?"

"-*Tôi* – quay về đây để xem? Tôi không yêu cầu anh đưa tôi về đây!"

"Này!" Jeremiel giơ hai tay lên. "Tôi chỉ đưa cô về nơi cô cần về, để cô có được kết thúc cho mình. Cô phải tự tìm ra thứ làm cô vướng bận ở khoảng khắc này."

Cassie-đã-chết tập trung vào cuộc tranh luận.

"Đó là xe của anh," Cassie-còn-sống nói. "Em chỉ nói rằng anh cứ mua nó đi nếu nó là chiếc xe mơ ước của anh".

"Cô không có nói như vậy, con khốn!" Maurice túm lấy Cassie-còn-sống bằng chiếc khăn quàng cổ đen dài của cô. "Cô nói cô muốn thể hiện với mấy nhỏ bạn hách dịch của mình, những đứa mà có cha mẹ giàu có để cho tụi nó học đại học. Vì vậy, tôi đã mua nó. Tôi đã mua chiếc xe này để cô khoe với tụi nó là cô có thể sống tốt mà không cần mấy thứ đại học đó"

Cassie-đã-chết nuốt nước bọt, cùng lúc với Cassie-còn-sống. Đúng. Cô đã nói vài thứ đại loại như vậy.

"Em xin lỗi," Cassie-còn-sống nói.

Dead-Cassie nhìn thiên thần đang đứng khoanh tay ôm lấy bộ ngực vạm vỡ của mình với vẻ chán nản.

"Tôi *đã nói* điều đó."

Đôi mắt xanh tím sắc bén của anh nhìn vào đôi mắt xám của cô như thể anh có thể nhìn thấu nó.

"Cô có nói với anh ta rằng cô sẽ *trả tiền* cho chiếc xe không?"

"Ừm… không," Cassie nói. "Ít nhất… tôi không thực sự chắc chắn."

"Đó là lý do cô từ bỏ việc học đại học khi mà bà nội cô đã cho phép cô đến sống với bà ấy?"

Cassie-đã-chết liếc lên phía trước nơi Maurice đang cố làm cô thấy tội lỗi, mà cô nhớ rất rõ, khi đó anh ta đã dẫn dắt để cô hứa rằng sẽ giao một phần ba tiền lương mỗi tuần để giúp anh ta trả tiền xe mà cô *'nợ anh ta.'*

Cô có thể nói gì đây? Maurice có vẻ là một lựa chọn tốt hơn là nắm lấy cơ hội sống với bà nội? Bà đã cư xử kỳ quặc trong vài lần cô đến thăm bà và không làm gì khác ngoài việc nói xấu mẹ cô suốt những lúc đó.

"Kiểu như bây giờ cô đối xử với mẹ mình?" Jeremiel nhận xét từ phía sau cô. "Bất cứ điều gì đã xảy ra để *tôn vinh cha và mẹ trên tất cả những người khác?*"

"Tôi tưởng những thứ trong kinh thánh là nhảm nhí?"

"Mười điều răn là thật." Jeremiel nhấc một chiếc chân cơ bắp lên để tựa vào ổ bánh xe của Maurice. "Mặc dù đã từng là hai mươi, không phải mười. Mười quy tắc cơ bản để nắm rõ và các người làm nó rối tung lên."

"Im đi!" Cassie rít lên. "Tôi muốn nghe điều này."

Đúng. Và giờ là khoảnh khắc cô luôn khắc ghi trong tim, khoảnh khắc Maurice thừa nhân tình yêu của anh ta dành cho cô.

Chỉ là lần này, chính Cassie-đang-sống nói với Maurice rằng cô yêu anh ta. Không phải Maurice nói điều đó với cô theo cách mà cô đã nhớ.

"Anh lại thay đổi ký ức của tôi sao?" cô hỏi.

"Không," Jeremiel nói.

"Nhưng tôi nhớ rõ ràng ..."

"Cô gái kia nói rằng cô ấy đã mang thai được bao nhiêu tháng rồi?" Jeremiel ngắt lời cô.

"Năm tháng."

"Và chuyện này xảy ra lúc...."

"Tháng Tám," Cassie nói. "Đúng vào khoảng thời gian mà anh ta sẽ, ừm…"

Cô đưa tay che mắt, không muốn bị ép phải xem Cassie-còn-sống bỏ quần jean xuống để Maurice có thể yêu cô ngay ghế trước chiếc Audi cũ. Maurice trèo qua bảng điều khiển và kéo cần ngả ghế. Nó bật ra phía sau để khuôn mặt của Cassie-còn-sống ở ngay trước mặt cô.

"Anh có phiền không?" Cassie gắt lên với Jeremiel.

"Tôi đã ở đây lâu rồi—" Jeremiel nhìn cô, khá ngạc nhiên. "Tin tôi đi. Tôi đã nhìn thấy hết rồi".

"Chà, anh chưa thấy hết mọi thứ của tôi đâu!" Cô nhặt một chiếc sandwich ăn dở, cũ nát trên sàn và ném ra ngoài cửa sổ.

Jeremiel quay lưng lại, chừa cho cô đôi cánh màu tím đen to lớn của anh. Bộ lông vũ đen bóng của anh đang cám dỗ cô. Còn gì tệ hơn việc nhìn bản thân dâng hiến cho một người đàn ông chưa bao giờ yêu mình. Chỉ một cái vỗ nhẹ. Cô với lấy một chiếc lông nhỏ thò ra, không đúng vị trí như những chiếc khác, giống như một chiếc lông Sáo đá.

Jeremiel giật đôi cánh khỏi tầm với của cô.

"Chúng ta đã thỏa thuận với nhau, nhớ không?"

"Tôi nghĩ rằng anh đang nhìn đi chỗ khác?"

"Tôi có thể đọc được suy nghĩ của cô."

"Ồ."

Cassie thọc ngón tay vào tai để khỏi phải nghe tiếng Maurice rên rỉ như một con heo. Khi Cassie-còn-sống và Maurice 'đang làm điều đó,' di động của anh ta rung ở chế độ im lặng. Cassie lấy nó khỏi bảng điều khiển, mừng thầm khi có thứ gì đó để phân tâm khỏi cặp mông cơ bắp của Maurice. Miệng cô há ra khi đọc tin nhắn.

'Này cưng. Em xin lỗi. Em đã vay tiền anh trai em để giúp anh trả tiền thuê nhà. Anh đã hứa là sẽ ghé qua chơi với em nhớ không? Yêu anh... Melita'

Melita? Vậy đó là tên của cô gái kia?

"Đồ hai mặt dối trá!" Cassie gằn giọng.

Ngay bên ngoài xe, Jeremiel bắt đầu cười.

"Vậy là cô đã có thứ cô cần, tôi đúng chứ?" anh ấy hỏi.

"Anh ta đã luôn lừa dối tôi!"

Cô lao vào tên đàn ông trăng hoa dối trá và hét lên vì thất vọng khi tay cô đập xuyên qua lưng anh ta. Cô đập vào người anh ta, nhưng điều đó chẳng có ý nghĩa gì vì anh không thể cảm nhận được cô.

Cassie-còn-sống đã khóc và rơi nước mắt vì vui sướng.

Cassie-đã-chết muốn giết anh ta.

Cassie-còn-sống gom quần áo vào ngực và ngồi dậy.

"Anh có thực sự yêu em không?" Cassie-còn-sống hỏi.

"Không!" Cassie-đã-chết hét lên. "Mày không nên hỏi trước, đồ ngốc!"

"Ừ em yêu, chắc chắn là có," Maurice nói láo qua kẽ răng.

Cassie ném cái điện thoại di động vào hắn ta. Nó trượt và vướng vào bảng điều khiển, kêu loảng xoảng cho đến khi rơi vào đùi Cassie-còn-sống.

Cassie-còn-sống nhặt nó lên.

"Nhìn đi, đồ ngu ngốc!" Cassie-đã-chết hét lên. "Nhìn xem tin nhắn của ai kia! Xem cái tên? Melita! Đó là tên đứa bạn gái đang mang thai của hắn đó!"

"Đưa nó cho anh." Maurice trao cho Cassie-còn-sống một nụ cười quyến rũ.

Cassie-còn-sống đưa điện thoại cho hắn ta mà không nhìn vào màn hình. Maurice liếc nhìn nó và nhếch mép cười, rồi nhét nó vào cửa xe, nơi Cassie-còn sống sẽ không bao giờ nhìn thấy nó.

"Chết tiệt!" Cassie-đã-chết đập mạnh vào ghế sau chiếc xe

"Cô có điều gì muốn tỉ tê với chính mình không?" Jeremiel hỏi từ bên ngoài xe. "Rốt cuộc thì cô đã tử sát vì gã này."

Giọng anh như bị bóp nghẹt.

"Tại sao anh lại quay mặt sai hướng vậy?" cô hỏi.

"Bởi vì cô bảo tôi quay đi chỗ khác và đừng xem cảnh cô tự biến mình thành đồ ngốc khi lang chạ với tên khốn hai mặt kia"

"Ồ—" cô ấy liếc nhìn Cassie-còn-sống, người vừa kéo quần lên khỏi mắt cá chân. Tại sao cô lại từng nghĩ khoảnh khắc này thật lãng mạn khi tất cả những gì họ làm chỉ không hơn hai chú chó động dục trên ghế trước của một chiếc xe hơi là mấy? Thật buồn cười khi một sự thật nho nhỏ lại tạo ra một góc nhìn khác nực cười như thế cho mọi thứ.

"Tôi mặc đồ rồi," Cassie nói. "Anh có thể quay đầu lại."

Jeremiel quay lại đối mặt với cô. Cô nghĩ anh sẽ chế giễu cô, nhưng anh lại quay lại với vẻ mặt khó hiểu.

"Trong trường hợp anh quên, không ai có thể nghe thấy tôi—" Cassie-đã-chết chỉ vào bản thể vẫn còn sống của mình. "Làm cách nào để nói với bản thân điều mà tôi không muốn nghe nhất?"

"Chỉ cần thì thầm nó vào tai cô ấy."

"Tôi vừa ném điện thoại vào cô ấy," cô nói. "Tôi đã chết. Cô ấy không thể nghe thấy tôi. "

"Đã bao nhiêu lần bạn bè của cô nói rằng tên đó là một tay chơi?"

Mặt cô nóng bừng lên. "Rất nhiều. Nhưng tôi đã không— "

"—Muốn tin họ," Jeremiel nói. "Bởi vì cô tưởng rằng mình yêu anh ta. Hay chính xác hơn, cô yêu thứ cảm giác khi các cô gái khác thèm muốn bạn trai của cô."

Nước mắt của Cassie trào ra.

"Có ai từng nói cô biết rằng cô thực sự ngu ngốc chưa?"

Jeremiel nở một nụ cười tươi rói mà lẽ ra sẽ khiến cô tan chảy thành một vũng bùn, nếu hiện tại cô không muốn giết anh ta. Còn may anh ta đang ở bên ngoài. Nếu anh ta ở trong tầm tay cô, cô sẽ vặt cánh anh như một con gà!

Vì vậy? Cô có thể thì thầm điều gì để khiến bản thân chú ý đến các dấu hiệu nguy hiểm?

"Anh đã nói gì với mẹ tôi để bà đưa cho tôi con búp bê cũ của?"

Bây giờ cô đã có hai bộ ký ức. Phiên bản đầu tiên là mẹ cô đã trải qua Giáng sinh trong cơn say, và phiên bản thứ hai là khi mẹ cô đã hành động như thể việc cho cô con búp bê cũ yêu thích của bà là một bước ngoặt thay vì xin lỗi vì đó là thứ duy nhất bà có thể xoay xở được.

"Mẹ cô thực sự *muốn* tặng quà cho cô," Jeremiel nói nhẹ nhàng. "Tất cả những gì tôi làm là thì thầm rằng tặng cô thứ mà bà ấy yêu thích sẽ có ý nghĩa hơn là không cho cô thứ gì cả."

Cassie khịt mũi. "Vậy tôi phải nói với bản thân cái gì? Tôi, người vừa nghe thấy ba từ kỳ diệu mà bản thân luôn muốn nghe? "

"Chỉ cô mới biết điều gì sẽ khiến cô chịu lắng nghe."

Jeremiel lùi lại để cho cô một chút riêng tư. Chỉ cô. Chính cô. Và tên bạn trai cũ trăng hoa, ngay lúc này, vẫn đang đùa giỡn với trái tim cô như một món đồ chơi.

Cô đặt tay lên vai Cassie-còn-sống.

"Nghe này," Cassie nói với phiên bản vẫn-còn-sống của mình. "Tôi biết cô muốn được yêu. Nhưng Maurice? Anh ta có một hàng dài các cô gái khác. Hãy mở to mắt ra mà nhìn. Đừng bịt tai và từ chối nhìn nhận sự thật nữa. "

Cassie-còn-sốn quay lại và nhìn thẳng vào cô, như thể cô ấy đã nghe thấy.

"Này em yêu," Maurice nói. "Anh phải thả em trở lại chỗ xe của em. Mẹ anh vừa nhắn tin nói em trai anh lại đánh nhau. Anh phải đi bảo lãnh nó ra."

Cassie-còn-sống quay sang Maurice, ánh mắt đầy tin tưởng.

"Được rồi," Cassie-còn-sống nói. "Anh sẽ gọi cho em sau nhé?"

"Chắc chắn rồi," Maurice nói. "Em và anh, chúng ta có cả cuộc đời để -" anh ta nháy mắt với cô "- em biết đấy."

"Argh!" Cassie-đã-chết tát vào đầu Cassie-còn-sống. "Cô không nghe lời tôi vừa nói sao?"

Alive-còn-sống rùng mình.

"Có chuyện gì vậy, em yêu?" Maurice hỏi.

"Không có gì," Cassie còn sống nói. "Em chỉ hơi ớn lạnh."

Maurice khởi động xe và vào số. Chiếc xe lao đi, để lại Cassie-đã-chết lặng ngồi ở nơi nó hồi đậu. Rồi Jeremiel giúp cô đứng dậy.

"Nó không có chút tác dụng nào," cô nói.

"Nếu nó dễ dàng như vậy," anh nói, "sẽ không có vấn đề gì trên đời, phải không?"

Cassie thở dài.

"Làm thế nào anh làm điều đó?" Cô ấy hỏi. "Khiến chúng tôi thức dậy và ngửi mùi cà phê khi tất cả những gì chúng tôi muốn làm là sống mòn qua cả đời?"

Jeremiel làm lại biểu cảm khó hiểu đó lên mặt mình. Biểu cảm đại diện cho việc anh ta không có câu trả lời.

"Như tôi đã nói," Jeremiel nói. "Đó không phải là vấn đề của tôi. Tôi chỉ ở đây để dọn dẹp sau khi các tù nhân thoát khỏi địa ngục. Nếu một thiên thần tình cờ giúp đỡ một con người, thì đó chỉ là… tôi không biết. Tình cờ chăng?"

Cassie nhìn chằm chằm vào thiên thần, người mà trên từng bước đi, đều biểu hiện rằng anh ta không mấy hài lòng khi bị kẹt ở đây với cô. Nhưng khi vừa đối mặt với bản thân xong, cô đã bắt đầu hiểu tại sao.

"Jeremiel?" cô ấy nói. "Tôi vẫn không nhìn thấy bất kỳ ánh sáng nào. Điều đó nghĩa là gì?"

"Điều đó có nghĩa là chúng ta không có nhiều thời gian," anh nói. "Nhắm mắt lại đi nhóc. Chuyến đi này sẽ sóng gió hơn hai chuyến vừa rồi."

Một tia sáng lóe lên, anh kéo cô vào hư không.

Chương 7

Lần này, anh ôm cô trong ngực thật chặt đến nỗi, nếu cô vẫn còn sống, có lẽ cô đã chết ngạt. Tiếng hú đó ngày càng lớn hơn khi những mảnh băng giá đâm sâu vào da thịt cô. Một khoảnh khắc sau, Jeremiel thả cô ra, lùi lại để tạo khoảng cách giữa họ để khuôn mặt cô không bị áp vào cơ ngực lực lưỡng của anh.

Cassie thở hổn hển mặc dù về thực tế cô không cần thở nữa. Cô đã trở lại nhà mình. Ngôi nhà hiện tại của cô. Căn hộ tầng hầm một phòng ngủ tồi tàn mà mẹ cô có thể kham nổi; nơi mà họ có thể nghe thấy tiếng gia đình sống trên lầu cãi nhau suốt đêm.

Mẹ cô quấn chăn ngồi trên sàn nhà với một ly rượu whisky trên tay, ngân nga một bài hát mừng Giáng sinh lạc điệu khi đang cắt giấy gói với tay kia để gói quanh lọ bánh quy hình người tuyết. Toàn bộ ngôi nhà có mùi bánh quy, căn cứ theo mùi thì là bánh quy bơ quế. Một chiếc đĩa nhỏ đặt bên cạnh bà, đầy những mảnh vụn.

"Ít nhất thì bà ấy cũng hạnh phúc," Cassie nói. "Từ biểu hiện của bà khi tôi gác máy, tôi đã tưởng bà đang ở trong phòng tắm và cứa cổ tay mình."

"Đó có phải là điều cô đã làm?" Jeremiel biểu cảm trống rỗng.

"Không phải chuyện của anh!" Cô liếc nhìn cổ tay mình, phía bên dưới nửa tá vòng tay tình bạn. Nếu Jeremiel không phải là thiên thần hộ mệnh của cô, thì làm sao anh ta biết chuyện cô tự cắt mình mỗi khi quá mệt mỏi với thế giới bên ngoài?

Mẹ cô đang ngân nga bài 'Oh Christmas Tree' khi bà dán xong giấy lên lọ bánh quy bằng gốm và sau đó viết những chữ cái lung linh CASSIE bằng bút dạ lên trên đó. Cassie chắc chắn rằng cái lọ chứa đầy bánh quy.

"Đó là tất cả những gì tôi nhận được trong năm nay sao?" cô ấy hỏi.

Jeremiel trừng mắt phản đối. "Bà ấy vừa lấy mấy đồng cuối cùng của cô để sửa xe. Cô muốn bà ấy làm gì? Chi tiền bằng thẻ tín dụng ư?"

"Bà ấy không có cái nào cả," Cassie nói. "Các công ty phát hành thẻ tín dụng đã thu hồi thẻ sau khi bà không thể trả nợ".

Jeremiel nhướng mày với cô.

"Được rồi," cô nói. "Ít nhất thì bà ấy cũng đang vui vẻ."

Mẹ cô đứng dậy và kéo chăn quấn chặt hơn. Cassie luôn ghét cái lạnh của ngôi nhà mình vào mùa đông vì họ không đủ khả năng chi trả cho hệ thống sưởi. Cô đến chơi nhà bạn bè nhiều nhất có thể, những người bạn cô từng có cho đến khi tất cả họ đều vào đại học và bỏ mặc cô thối rữa ở nơi này.

Mẹ cô cầm chổi lên và nhảy một điệu nhẹ nhàng khi quét những mẩu giấy và mẩu bánh quy. Bên ngoài ngôi nhà, những ánh đèn nhấp nháy màu xanh đang tiến lại gần.

Cassie quặn thắt ruột gan.

"Đi qua đi," cô cầu nguyện. *'Đừng dừng lại chỗ này. Đây là lúc bà ấy hạnh phúc nhất mà tôi từng thấy suốt những năm qua.'*

Xe cảnh sát đến gần hơn.

"Đừng để họ làm hỏng niềm vui của bà!" cô cầu xin Jeremiel. "Tôi đã nói với bà ấy rằng tôi sẽ không về nhà cho đến ngày mai. Hãy nói với bà ấy sau. Sau khi bà ấy mở món quà mà tôi để lại cho bà dưới gốc cây."

Ánh đèn nhấp nháy màu xanh lam dừng trước cửa nhà; âm thanh của bộ đàm cảnh sát vẫn có thể nghe thấy ngay cả khi cửa đóng. Mẹ cô tiếp tục quét dọn, không để ý đến chuyện trên lối vào. Cassie quay sang Jeremiel, ánh mắt cầu xin.

"Đừng nói với bà ấy!" Cô giật mạnh cánh tay anh. "Xin đừng để họ nói với bà ấy."

"Bà ấy có quyền được biết con gái mình đã chết," Jeremiel nói nhẹ nhàng. "Cô đã mong đợi điều gì khi tông xe vào một cái cây chứ?"

"Tôi không cố ý!"

"Có, cô cố ý." Đôi mắt anh chuyển sang màu tím xanh đen, tức giận và không có xót thương. "Cô đã tưởng tượng về khoảnh khắc này hàng trăm lần. Bây giờ, cô có thể nhìn xem nó có hay ho như cô hằng mơ hay không."

Cassie lao ra và chặn mình trước cửa.

"Mẹ, đừng mà!"

Mẹ cô bước qua cô và mở cửa, mỉm cười.

"Tôi có thể giúp gì không?" mẹ cô hỏi hai nhân viên cảnh sát.

"Bà có phải là mẹ của Cassandra Baruch?" viên cảnh sát thấp hơn hỏi.

"Đúng?" Nụ cười của mẹ cô đông cứng lại.

"Đã có một tai nạn", người cao hơn trong hai người nói. "Con gái của bà -"

"Cassie ổn chứ?" Mẹ cô nắm lấy tay viên cảnh sát thấp hơn.

"Chúng tôi rất tiếc, thưa bà," ông ta nói. "Cô ấy không thắt dây an toàn."

"Chắc có nhầm lẫn nào đó," mẹ cô nói.

"Cô ấy chết ngay lập tức, thưa bà," viên cảnh sát cao lớn nhẹ nhàng nói. "Chúng tôi chắc chắn cô ấy không phải chịu đau đớn."

"Hãy nói tôi nghe đi," Cassie tự nghĩ. 'Tôi thậm chí không nhớ mình đã đánh tay lái.'

"Không thể là con bé được!" mẹ cô nói. "Cassie nói là nó sẽ qua đêm ở nhà bạn trai!"

Jeremiel có một biểu cảm khó hiểu, nhưng đôi cánh của anh ta run lên khi các cảnh sát giúp mẹ cô ngồi xuống sô pha và hỏi xem họ có thể gọi cho ai không.

Không có ai ở đây. Gia đình đã cắt đứt liên hệ khi mẹ cô kết hôn với cha cô. Cassie đã không nhận được thứ gì như thiệp giáng sinh kể từ khi cô 5 tuổi.

"Anh không định nói gì để an ủi bà ấy ư?" Cô cho Jeremiel một cái nhìn lên án.

"Không phải việc của tôi," Jeremiel nói thẳng. Cơ má anh giật giật. Đôi mắt đen của anh chứa đựng cả thế giới, ngoài sự đồng cảm dành cho cô.

"Anh chỉ đưa tôi tới đây để làm tôi cảm thấy tội lỗi!"

"Cô đã chọn vị trí, nhóc à. Tôi chỉ có nhiệm vụ đưa cô tới"

"Tôi không chọn!"

Mẹ cô bắt đầu than khóc.

Jeremiel giương cánh và quay về phía cô, vẻ mặt giận dữ.

"Có hay không, chuyện cô tưởng tượng về cảm giác tuyệt vời khi mọi người thương tiếc cho cô ngay trước khi nhắm xe vào cái cây hả?"

Cassie há hốc miệng, không biết nên thừa nhận hay phủ nhận.

"Tôi tưởng anh nói anh chưa từng quan sát tôi!"

"Tôi đã không!" Jeremiel gõ ngón trỏ vào thái dương. "Tôi có thể đọc được suy nghĩ của cô, nhớ không?" Anh chỉ vào mẹ cô. "Và tôi cũng có thể đọc được suy nghĩ của bà ấy!"

Lông vũ của anh ta run xào xạc như thể anh đang trải qua một cơn đau thấu xương. Biểu cảm đó giống như khi một người thể hiện ra khi họ thấy ai đó đang bị khâu.

"Ch-chà... Tôi không hình dung ra bà ấy," Cassie nói. "Tôi đang hình dung những người bạn của mình."

"Làm như vậy với bạn bè của mình chắc không sao mà?"

Cassie hình dung ra những người bạn đã bỏ cô lại. Cô đã suy nghĩ mãi về việc họ sẽ cảm thấy tội lỗi thế nào khi cô ra đi, chứ không phải cảm giác *đau đớn* khi thấy cô nằm trong quan tài. Và Maurice. Hơn hết thảy, cô muốn *anh ta* cảm thấy có lỗi vì đã làm điều đó với cô.

Nước mắt cô trào ra. "Tôi không cố ý."

"Có, cô cố ý." Thiên thần đưa tay ra, nhưng trong biểu cảm không có chút ấm áp nào. "Thôi nào. Tôi đã chịu đựng chuyện này hết mức có thể rồi."

"Anh đưa tôi đi đâu?"

"Đến bất cứ nơi đâu làm cô để yên cho mấy sợi lông vũ của tôi."

Với một cái kéo không quá nhẹ nhàng, anh kéo cô vào hư không.

Chương 8

Những mảnh sắc bén cứa qua người cô khi anh kéo cô qua hư không, vì lần này anh đã từ bỏ việc che chắn để cô được thoải mái hơn. Tiếng hú đó man rợ như một bầy thú đói. Cassie hét tên anh ta, nhưng không có không khí để truyền âm, lời nói của cô cứ thế chìm nghỉm vào hư không

Nhanh như khi họ bắt đầu, Jeremiel kéo cô ra phía bên kia, vào một căn phòng mà cô vô cùng quen thuộc.

"Tại sao anh không che chắn cho tôi?" cô hét lên.

Vẻ mặt của Jeremiel lạnh lùng. "Bởi vì nếu không cố thoát ra, cô sẽ mắc kẹt mãi mãi tại nơi đó."

Một cơn kinh hãi khiến cô rùng mình mặc dù thực tế thì, cô không còn cảm thấy lạnh nữa.

"Vì vậy, tôi bị đày xuống địa ngục vì tôi đã tự sát?"

Gò má Jeremiel giật giật, nhưng cơn tức giận khiến đôi mắt sâu thẳm của anh gần như biến thành màu đen đã giảm bớt, thay vào đó là ánh nhìn đầy kinh tởm.

"Đây chỉ là *Hư không* thôi, nhóc," anh nói. "Nơi cô đến khi không còn nơi nào khác để đi. Tin tôi đi. Địa ngục tồi tệ hơn rất nhiều."

Cassie rùng mình, không biết đó là tin tốt hay xấu. Nó là tin xấu. Chắc chắn là xấu. Cô vẫn có thể cảm nhận được cảm giác bị chấn động bởi âm thanh khủng khiếp đó.

"Jeremiel?" Giọng cô nhỏ dần. "Tôi vẫn không nhìn thấy chút ánh sáng nào."

"Tôi không ngạc nhiên -" anh ta chỉ về căn hộ mà họ đã đến. "Cô vẫn còn vài thứ muốn xem."

Họ đứng bên trong căn hộ của Maurice. Từ những âm thanh rên rỉ và tiếng cót két trong phòng ngủ, cô biết Maurice và bạn gái của anh ta đang làm gì.

"Tôi không muốn thấy cái này!"

Jeremiel nhún vai vô thưởng vô phạt. Anh ta thả mình xuống chiếc ghế trong bếp như một chàng trai đang ngồi vào chiếc ghế tựa yêu thích để làm một đêm xem bóng đá và uống bia. Anh ta tùy ý xếp bộ cánh đen tía khổng lồ của mình trên lưng ghế khi đang duỗi người gác đôi giày da kỹ sư đen lên chiếc ghế trước mặt. Với một nụ cười ác ý, anh ta với tay qua bàn và lấy một nắm khoai tây chiên ra khỏi túi.

"Đây là quá khứ, hay hiện tại?" Cassie hỏi.

"Hiện tại."

Anh ta nhét những miếng khoai tây chiên vào miệng, nhai ồn ào đến mức cô thấy ngạc nhiên khi cặp đôi trong phòng ngủ không thể nghe thấy tiếng lạo xạo qua khe cửa. Mặc dù vậy, thật lòng mà nói, theo cách mà hai người đó đang hành sự, có một quả bom nguyên tử nổ kế bên họ cũng sẽ không nghe thấy.

"Ôi, cưng, ồ, cưng, ôiiiiiii!" Maurice hét lên.

"Wweeee !!!" Melita kêu lên.

Cassie thọc hai ngón tay vào tai.

Jeremiel nở một nụ cười nhếch mép nham hiểm. Một lọn tóc bướng bỉnh đã trật nếp và nhô lên khỏi thái dương của anh, trông như sừng của một con dê nhỏ. Điều đó, kết hợp với độ xếch của lông mày, khiến thiên thần áo da trông giống như một ác quỷ cánh tím.

"Có ai từng nói với anh rằng anh đích thị là một tên khốn kiếp chưa?"

"Cccccô đã nói rồi," Jeremiel lầm bầm với một ngụm khoai tây chiên trong miệng. "Năm chục lần."

Những mảnh vụn vàng nhạt rớt ra khỏi miệng anh ta xuống chiếc áo thun đen bó sát, và vướng lại trên cơ ngực chập chùng vãm vỡ khi anh thò tay vào túi khoai tây để lấy nắm thứ hai.

"Ôi, em yêu! Ô!" Maurice hét lên từ phòng ngủ.

Cassie nhìn chằm chằm vào thiên thần đẹp chết người đang an vị trên chiếc ghế nhà bếp của Maurice như một con báo đen nằm trên cây, từ đôi cánh màu đen tím đến cách cơ đùi lộ rõ qua chiếc quần jean da đen bó sát.

"Oh! Maurice! "

"Oh! Em yêu!"

Cassie liếm môi.

"Cô đói hay bị gì?" Jeremiel dí túi khoai tây chiên cho cô. Với tia tinh quái lóe lên trong đôi mắt đó, hiển nhiên anh biết rõ mình có ảnh hưởng như thế nào đến cô và cố tình làm điều đó để đánh lạc hướng cô khỏi những gì đang diễn ra trong căn phòng kia.

"Tôi bị gì." Cassie chộp lấy những miếng khoai tây chiên và nhét một miếng vào miệng. Nó có vị như...

"Chết tiệt! Tôi không cảm nhận được mùi vị! "

"Cô chết rồi!" Jeremiel bật cười. "Chứ cô đang mong đợi gì nữa?"

"Tôi tưởng khi lên thiên đàng, người ta sẽ được ăn sữa và mật ong?"

"Vậy thì hãy nhanh chóng tìm ra lý do tại sao cô lại ở đây," anh ta nói, "để có thể đi vào ánh sáng và để yên cho mấy cái lông vũ của tôi."

Cassie lè lưỡi.

Jeremiel bật cười.

Maurice hú lên một tiếng dài ngây ngất, còn to hơn cả lần cô vừa nhìn khi anh ta làm tình với cô trong xe.

Một tiếng đập mạnh vào cánh cửa phía sau khiến cô giật bắn mình.

"Quỷ sứ!" Cô quay ngoắt lại và, lần đầu tiên, để ý thấy ánh đèn nhấp nháy màu xanh lam đã chiếu trên lối vào.

Cửa lại đập mạnh, lần này to hơn.

"Tôi đang đến đây, đến ngay đây," Maurice nói vọng ra từ phòng ngủ.

Anh ta loạng choạng bước ra bằng chân trần, buộc chiếc áo choàng tắm dày màu đen quanh eo. Phía sau là một cô gái, mặc một chiếc áo choàng tắm mềm mại màu trắng trông giống như là lén tuồn ra từ một khách sạn địa phương. Maurice mở cửa để trả lời hai cảnh sát đang đứng bên ngoài.

"Chào hai anh, tôi có thể giúp gì được không?" Maurice hỏi.

Cassie nhận ra hai cảnh sát đã ở nhà mẹ cô trước đó.

"Chúng tôi có thể vào trong không?" viên cảnh sát cao lớn hỏi.

"Hai anh có lệnh khám xét không?"

Hai cảnh sát nhìn nhau.

"Anh có quen biết một cô gái tên là Cassandra Baruch không?" người cảnh sát thấp hỏi.

"Không," Maurice nói dối.

Cassie há hốc miệng. Và, cô để ý thấy, cô gái kia cũng vậy.

"Mẹ cô ấy nói rằng cô ấy sẽ ở đây tối nay," cảnh sát cao lớn nói.

"Tôi không biết cô ấy," Maurice nói. "Và tôi chắc chắn là không biết mẹ cô ấy."

Cô bạn gái của Maurice túm lấy cánh tay anh ta.

"Nhưng-"

"Đừng chõ mũi vào!" Maurice rít lên.

"Anh có chắc là không biết cô gái này không?" Viên cảnh sát cao lớn dí một mảnh giấy về phía mặt Maurice.

Melita chần chừ.

Maurice giữ khuôn mặt lạnh tanh. "Tôi đã nói với anh là tôi không biết cô ta. Bây giờ nếu anh không có câu hỏi nào khác, thì tôi phải tiếp bạn tôi. "

"Tại sao chứ, tên ruồi bọ!" Cassie thốt lên.

Hai nhân viên cảnh sát nhìn cô gái Puerto Rico nảy nở, không mặc gì ngoài chiếc áo choàng tắm, rồi nhìn nhau. Và trao đổi cho nhau một ánh mắt ngầm hiểu Với một cái nhún vai, viên cảnh sát cao lớn nhét bức ảnh vào lại hồ sơ của mình trong khi viên cảnh sát thấp rút danh thiếp ra và đưa cho Maurice.

"Nếu anh nhớ ra bất cứ điều gì, hãy gọi cho chúng tôi."

"Ừ, chắc chắn rồi." Maurice sập cửa trước mặt hai viên cảnh sát giống hệt như cách mà anh ta đã sập cửa với *cô* lúc tối nay.

"Làm sao anh lại..." Melita nói.

"Suytyt!" Maurice rít lên. Anh ra hiệu về phía cửa. Hai người đợi cho đến khi xe cảnh sát rời đi.

Cassie liếc nhìn Jeremiel, người đã ăn hết túi khoai tây chiên và chuyển sang nhai một hộp bánh quy giòn. Anh ta trông giống như một đứa trẻ khi đang xịt một núi Phô mai Easy Cheese màu cam quần áo tù nhân lên một chiếc bánh quy giòn và cho vào miệng.

"Gìii?" Jeremiel lầm bẩm qua một đống phô mai trong miệng. Một vệt màu cam nhạt lem trên khóe môi anh ta, tạo ra một vẻ ngoài không-liên-quan-gì-tới-thiên thần nhất.

Cô đang ở đây, đã chết, trái tim thì tan nát, chết triệt để, và, cô đã nhắc tới chưa nhỉ, *đã chết*, và thiên thần dẫn đường cho cô đang nhai đồ ăn vặt như thể đang ngồi xem một trận đấu thể thao?

"Sao anh lại nói dối cảnh sát?" cô gái Puerto Rico hét vào mặt Maurice.

"Cô ta đã là quá khứ, em yêu," Maurice nói. "Anh không muốn rắc rối."

"Anh có thấy bức ảnh đó không?" cô gái hét lên. "Cô ấy *đã chết*."

Jeremiel nặn Phô mai Easy Cheese lên chiếc bánh quy giòn tiếp theo. Những đốm nhỏ màu cam bắn ra khắp nơi khi chiếc lon hết sạch và CO2 phun ra cặn bẩn lên bộ lông màu tím đen của anh ta. Cô để ý đến cách Easy Cheese màu cam chỏi nhau với đôi cánh màu tím đen của anh.

"Làm sao họ lại không *thấy* anh ăn hết thức ăn của họ?"

"Mọi người thích được gọi bằng tên của họ," thiên thần nói qua một ngụm bánh quy giòn. "Không phải chủng tộc của họ. Gọi cô ấy là người Puerto Rico là bất lịch sự"

Cassie nói: "Tôi không gọi cô ấy là người Puerto Rico.

Jeremiel chỉ vào thái dương của mình. Cassie chửi thề. Đằng sau, Maurice và cô gái Puer...—... Chết tiệt! Melita, tiếp tục tranh cãi về *cô ấy.*

"Em tưởng anh nói anh và cô ấy không có gì hết?" Melita hét vào mặt Maurice. "Và cô ấy chỉ đến tối nay để cố rủ anh đi chơi với cô ấy?"

"Phải," Maurice nói dối. "Đó là tất cả, em yêu. Cô ta chẳng là gì với anh."

"Người ta không thể rời khỏi đây và lái xe tông vào một cái cây trừ khi trái tim họ tan nát." Melita nói.

"Cô ta chẳng là gì cả, bốp—"

Melita tát anh ta.

Maurice đánh lại cô nàng. Nặng tay.

Cô ta đánh lại hắn, lần này là để vùng ra.

Maurice tóm lấy cổ họng cô gái và đẩy cô vào tường.

"Mày đánh tao, đồ chó cái, và tao sẽ cho mày biết hậu quả."

Melita run rẩy, đôi mắt nâu đầy kinh hãi.

"Đ-đừng đánh em," cô cầu xin. "Xin anh. Anh đã hứa sẽ không đánh em nữa. "

Cassie quay sang Jeremiel, người không còn lãnh đạm nữa.

"Giúp cô ấy với!"

Đôi cánh màu đen tía của Jeremiel dang ra như một con diều hâu sắp cất cánh. Cơ bắp của anh ta căng phồng lên khi cố kìm nén.

"Và giờ cô lại muốn tôi giúp cô ta?"

"Cô ấy đang mang thai!" Cassie trừng mắt nhìn thiên thần vẫn án binh bất động một cách đáng ghét, rồi quay lại Maurice, người đang nắm cổ cô bạn gái đang mang thai của anh ta. Hắn kéo lỏng chiếc dây buộc trên chiếc áo choàng trắng mềm mại của cô và nghiến hông hắn lên hông cô.

"Em thích mạnh bạo mà em yêu," Maurice nói. "có đúng không?"

"Đ-để em yên," Melita cầu xin.

Cassie liếc nhìn Jeremiel, đôi mắt anh đã chuyển sang một màu đen đáng sợ, nhưng vẫn không hề di chuyển.

"Khốn nạn!" Cassie hét vào mặt anh. Cô cố gắng lấy một chiếc ghế để đánh Maurice từ phía sau đầu, nhưng tay cô đã xuyên qua nó.

"Chuyện gì đang xảy ra với tôi vậy?"

"Cô đang tan rã," Jeremiel nói. "Nó xảy ra khi cô bị kẹt giữa hư không. Cuối cùng, cô sẽ biến mất. "

Nỗi kinh hoàng xé toạc cơ thể của Cassie.

"Ừ, cô em thích mạnh bạo." Maurice bỏ áo choàng ra.

"Dừng lại," Melita cầu xin. "Maurice, làm ơn. Em đang mang thai. Anh sẽ làm con chúng ta bị thương."

"Cô nghĩ rằng tôi quan tâm đến thứ trong bụng cô sao? Tôi đã có sáu đứa như vậy rồi. Tôi không muốn phải trả tiền cấp dưỡng nuôi con cho đứa nào nữa hết. "

Cassie quay ngoắt lại và hét lên với Jeremiel.

"Nếu anh không làm gì đó thì tôi sẽ làm!"

"Theo nguyên tắc tôi không được can thiệp vào," Jeremiel nói, mặc dù mọi biểu hiện bên ngoài của anh ấy đều nói rằng anh ấy *muốn* can thiệp.

"Chó má! Các thiên thần *vô dụng!*"

Cô lao đến chỗ cô gái mang bầu đáng thương và nói nhỏ vào tai cô ta.

"Lên gối chỗ hai hòn bi hắn. Lên gối mau. Mạnh nhất có thể. Và sau đó, khi hắn cúi người về phía trước, hãy chọc vào tròng mắt hắn. Và hãy ra khỏi đây và đừng quay lại nữa".

Đôi mắt của Melita mở to hơn, như thể cô ấy đã nghe thấy.

Đầu gối cô ấy tung lên. Maurice hét lên khi đầu gối tiếp xúc với vùng nhạy cảm của mình. Melita cố gắng thoát ra.

Cassie cổ vũ.

Maurice túm lấy mái tóc dài và xoăn của Melita.

"Hãy tha cho em!"

"Giờ mày sẽ phải trả giá!" Maurice giơ nắm đấm ra để đấm vào mặt cô ta.

"Jeremiel!" Cassie gằn giọng.

Thiên thần di chuyển quá nhanh nên cô không nhìn thấy lúc anh ta tấn công. Maurice kêu lên khi những khúc xương trong tay hắn ta đột nhiên vỡ vụn sau một tiếc rắc rõ to.

Đôi mắt của Melita trừng to khi cô nhận ra có một thiên thần cánh đen khổng lồ đang đứng trong phòng.

"Chạy đi!" Cassie hét lên.

Cô gái chạy đi, chân trần và đơn độc, ra ngoài tuyết.

Jeremiel buông tay Maurice.

"Cái quỷ..." Đôi mắt của Maurice trở nên điên dại khi hắn nhìn quanh phòng nhưng không thấy gì cả.

Cassie đá vào hạ bộ tên khốn đó. Cô ngạc nhiên khi chân cô có cảm giác bị cản trở khi đá xuyên qua người hắn.

"Uiii!" Maurice hét lên.

Jeremiel túm lấy Cassie và kéo cô vào ngực anh.

"Đi thôi."

Với một tia sáng, họ đã trở lại Hư không.

Chương 9

Chốn hư không bớt kinh khủng hơn khi cô được bao quanh bởi cánh tay mạnh mẽ và đôi cánh đen mềm mại của Jeremiel. Trước khi cô có thời gian để suy ngẫm về việc đó, thì họ đã đứng trước khu nhà ở xã hội. Không gian tràn ngập ánh sáng lấp lánh, nhiều màu sắc và âm thanh của những bông tuyết rơi tí tách khi chúng nhẹ nhàng đáp xuống mặt đất.

Jeremiel buông cô ra.

"Hú!" Cassie giơ tay và cố gắng đập tay với anh ta.

Thiên thần khoanh tay trước ngực và cau mày không tán thành.

"Sao vậy?" cô nói. "Anh đã cho hắn một trận nhớ đời!"

"Ừ—" Jeremiel vẻ mặt chua chát. "Cô đã làm tôi gặp rắc rối."

"Rắc rối? Ý anh là sao, tôi khiến anh gặp rắc rối? Nhưng anh là một thiên thần. "

"Cô gái đó đã nhìn thấy tôi."

"Thì sao?"

"Cô có từng tự hỏi vì sao mà con người không nhìn thấy các thiên thần lảng vảng xung quanh không?"

"Ờ... -" Cassie trố mắt. "Không?"

"Tự do ý chí," Jeremiel nói. "Nếu gọi theo cách của *con người*. Nó cấm những kẻ *ngoài* Trái đất đến đây và làm xáo trộn cuộc sống của các người. "

"Nhưng anh ta đã đánh cô ấy?"

"Năm phút trước, cô cũng muốn đánh cô ta?"

"Đó là trước khi tôi nhận ra cô ấy cũng đàng hoàng."

Jeremiel khịt mũi. Anh choàng đôi cánh quanh vai để che hai cánh tay.

"Anh lạnh?" cô hỏi, ngạc nhiên.

"Ừ."

"Tôi tưởng rằng thiên thần không thể cảm nhận được gì?"

Anh ta nhăn nhó. "Chúng tôi cũng có cảm giác như con người. Sự khác biệt duy nhất là chúng tôi hồi phục tốt hơn."

"Sao mà -tôi- lạikhông cảm thấy lạnh nhỉ?"

"Cô chết rồi. Cô có thể cảm thấy nó nếu thực sự muốn, nhưng nó không còn quan trọng đối với sự tồn tại của cô nữa, vì vậy cô phớt lờ nó."

"Tôi có thể cảm thấy lạnh mỗi khi chúng ta đi qua Hư không."

"Đó là bởi vì Hư không đã đe dọa sự tồn tại của cô. Cô chưa tiến hóa đủ để chống chọi với nó." Anh nhìn lên tòa nhà mà họ đã hạ cánh. "Nhân tiện mới hỏi ...cô thấy bất kỳ dấu hiệu nào của ánh sáng chứ?"

Cassie nhìn xung quanh, không quá háo hức bước vào ánh sáng vì giờ cô biết kiếp sau của mình lại là một vòng lặp khốn nạn như *kiếp này* thôi.

"Đèn Giáng sinh có tính không?"

"Không."

Cassie thở dài. "Được rồi. Tiếp theo anh muốn hành hạ tôi bằng chuyện khó chịu, đau lòng gì nữa?"

"Tôi?" Jeremiel nhướng một bên lông mày rậm. "Cô là người chọn những nơi này. Tôi chỉ mang cô đi nhanh để cô không bị lạc."

"Tôi không chọn nơi này," cô nói. "Không ai tôi biết sống ở đây."

"Không ai?"

Cô suy nghĩ một lúc. "Đó là nơi cư trú của người già. Họ rất hay đi bộ xuống quán cà phê tôi làm."

"Có ai ở đây mà cô và họ có tình cảm gắn bó không?"

Cassie nhìn quanh. Cô đã lái xe ngang qua tòa nhà một vài lần trên đường đi làm, nhưng cô chưa bao giờ vào đó. Những người già làm cô ái ngại.

"Không ai cả," cô nói.

"Chà, phải có lý do cô mới nghĩ đến nơi này," Jeremiel nói. "Ý nghĩ cuối cùng của cô trước khi tôi lôi cô ra khỏi căn hộ của tên ngựa đực kia là gì?"

"Tôi thật điên tiết khi tự giết bản thân vì một thứ vô nghĩa", cô nói. "Tôi chỉ..."

Sự trống trải cố hữu đã ăn sâu vào cô từ khi bắt đầu có ký ức nhắc nhở cô rằng Maurice chỉ đơn giản là một thứ gì đó để phân tâm; cũng giống như chai rượu là người bạn đồng hành của mẹ cô từ khi cô còn rất nhỏ.

Cô nhìn chằm chằm vào Khu nhà ở xã hội, nơi mà cô luôn gắn với những người già chờ chết, nó được thắp sáng khắp nơi và rất đầm ấm. Những bụi cây đã được trang trí bằng đèn Giáng sinh, và bãi đậu xe được phủ bởi một lớp tuyết sáng lấp lánh. Ánh sáng phản chiếu trên tuyết khá dễ thương.

"Có lẽ nơi đây giống nhất với tưởng tượng của tôi về một nơi tốt để đi sau khi chết chăng?"

Một cơn lạnh lẽo *khác* bén rễ trong bụng cô. Tại sao cô lại ra đi và chết một mình? Với mẹ cô *ở đây* và không ai khác, những người thực sự quan tâm đến cô, điều gì sẽ xảy ra khi cô bước vào ánh sáng đó và đi sang phía bên kia?

Một bàn tay ấm áp tràn đầy sinh lực lướt qua má cô.

"Đừng như vậy, nhóc—" Jeremiel lau nước mắt cho cô. "Chúng ta sẽ đưa cô đến nơi cô thực sự muốn đến."

Đôi mắt xanh tím của anh ấy phản chiếu sắc màu từ những ngọn đèn Giáng sinh lấp lánh trên các bụi cây, khiến chúng trông như lấp đầy những vì sao. Anh đưa tay ra, cơn tức giận ban nãy tan biến.

"Đến đây. Hãy tìm hiểu xem cô đến đây vì cái gì nhé?"

Cassie ngoan ngoãn đi theo anh vào tòa nhà.

Chương 10

Jeremiel giữ cửa kính mở mặc dù Cassie có thể đi xuyên qua nó. Cô ngước nhìn thiên thần cao dỏng vượt trên cô, trên người treo đầy rẫy vũ khí và cơ bắp rắn chắc như đá của anh ta. Cách anh nắm tay cô truyền tải một thứ sức mạnh khác, không phải tình dục (mặc dù cô phải thừa nhận rằng càng lúc anh càng trông *nóng bỏng hơn*), mà là, à...theo kiểu thiên thần.

Không khí bên trong thơm mùi quế và cây thường xanh, hòa quyện với thứ mùi đặc biệt của người già. Kể từ khi chết, cô không ngửi thấy gì ngoại trừ mùi thơm nhẹ của ozone phảng phất quanh Jeremiel, nhưng thay cảm thấy bí bách như những lúc trước khi ngửi mùi của 'người già', lần này cô lại cảm thấy bình yên.

Ánh sáng phản chiếu bộ lông đen bóng của Jeremiel và làm lộ ra màu tím bên dưới khiến cô nhớ đến một con sáo đá dưới ánh sáng mặt trời.

"Một con sáo đá?" Jeremiel nhướng mày tỏ ý rằng anh đã nghe thấy ý nghĩ đó. Bộ lông cánh run xào xạc. "Trong số tất cả các loài chim trên hành tinh này, cô lại so sánh tôi với con sáo đá?"

Cassie đỏ mặt. "Tôi thích sáo đá."

"Tại sao?"

"Chúng là những chú chim nhỏ cứng rắn. Và chúng sống cùng nhau." Cô nghĩ về cách cô đã so sánh nhóm bạn nhỏ của mình với bầy sáo đá, cho đến khi họ bị dòng đời chia cắt tan tác. "Sáo đá không tách đàn và bỏ lại nhau."

"Cô lại nghĩ về cha mình sao?"

Cassie cau có. Điều *cuối cùng* cô muốn nghĩ đến là cha cô đang nằm trong bệnh viện hấp hối.

"Tôi ước gì anh ngừng làm chuyện đó."

"Gì?"

"Đọc suy nghĩ của tôi?"

"Vậy thì hãy ngừng phát thanh suy nghĩ của cô cho toàn bộ vũ trụ nghe thấy."

"Chứ tôi *ngừng* suy nghĩ bằng cách nào?"

"Đó không phải là ngừng suy nghĩ," anh ta nói. "Chỉ cần giữ những ý nghĩ của cô gần với tâm trí hơn."

Anh kéo cô về phía khu vực ăn uống, nơi một nhóm người cao tuổi đang hòa mình trong một bữa tiệc Giáng sinh. Một cụ già gầy gò và còng lưng, mặc chiếc áo khoác màu nâu đã sờn và thắt nơ màu xanh lá cây sáng, đang chơi những bài hát mừng Giáng sinh trên một cây đàn piano cũ. Những ngón tay xương xấu của ông ấy nhanh nhẹn một cách đáng ngạc nhiên khi chúng lướt qua các phím đàn bằng ngà voi, một vài nốt nhạc *'lạc tông'* thỉnh thoảng chen giữa bản *White Christmas*. Tập trung quanh cây đàn piano, một nhóm người cao tuổi, tất cả đều đã khá yếu, cùng hát theo một bản hòa ca đủ hết mọi tông giọng.

Jeremiel bước đến chỗ một bà lão nhăn nheo ngồi trong góc, đôi mắt kèm nhèm như đã chìm đắm vào quá khứ khi đôi môi lặng lẽ mấp máy theo bài hát. Anh thì thầm điều gì đó vào tai bà. Bà lão nhìn lên như thể bà có thể nhìn thấy anh ta, và sau đó nhìn thẳng vào Cassie.

Không, không phải nhìn vào Cassie, mà là một người đàn ông châu Á lớn tuổi ngồi ở phía đối diện của căn phòng, nhìn chằm chằm vào đôi tay của mình. Bà lão đứng dậy, chống gậy bước qua phòng rồi ngồi xuống cạnh ông ta. Cả hai trò chuyện một cách thân thiện, và cùng trút bỏ vẻ buồn bã, có phần lạc lõng mà người già thường có.

Với một vài bước dài không thể tưởng tượng được, Jeremiel đứng lại bên cạnh Cassie.

"Anh đã nói gì với bà ấy vậy?" cô hỏi.

"Tôi chỉ chỉ ra rằng bạn của bà ấy đang cô đơn." Anh nở một nụ cười thật tươi với cô, đầy ấm áp và quan tâm. "Tên ông ấy là Phala Khoeun, và ông ấy đã thích thầm bà ấy khá lâu rồi, nhưng ông ấy khá nhút nhát. Tên bà ấy là Adelaide Wagner, và bà ấy luôn nghĩ ông cụ quá xa cách, nhưng tôi đã sửa sai cho bà. Bây giờ, không ai phải đón Giáng sinh một mình nữa."

Đôi mắt anh ánh một màu xanh lam sâu thẳm như một bãi cỏ đầy hoa Xin đừng quên tôi. Thật tốt cô không không cần phải thở nữa, bởi vì ngay cả khi anh mặc đồ da đen và mang vũ khí như đang đóng phim *Road Warrior*, không liên quan gì đến hình ảnh một thiên thần trong bữa tiệc Giáng sinh, hào quang mà mọi người mô tả khi họ nói về các thiên thần đang tỏa ra từ anh ấy như ánh sáng mặt trời mùa đông.

Một tảng đá mặc kẹt trong cổ họng của Cassie. Tại sao cô khônggặp Jeremiel trước khi làm điều ngu ngốc như chạy xe tông vào một gốc cây? Tại sao không có thiên thần nào từng thì thầm với cô khi mọi chuyện còn có ý nghĩa?

"Chúng tôi không thể ở khắp mọi nơi cùng một lúc—" mắt anh nhăn lại đầy bi thương, cô có một cảm giác rằng anh đã già hơn nhiều so với vẻ ngoài ba mươi tuổi của mình. "Các người phải giúp đỡ *lẫn nhau*, chứ không phải đợi chúng tôi đến cứu. Chúng tôi thậm chí không thực sự phải *ở đây* ngoại trừ để đảm bảo không có ai *khác* đến quấy rầy."

"Vậy thì sao không ai nói với tôi rằng họ quan tâm", cô kêu lên. "Tất cả những người đáng lẽ phải quan tâm đến tôi hoặc đã bỏ rơi tôi, hoặc bị cuốn vào những vấn đề của riêng mình đến nỗi thậm chí không thấy tôi đang ở đó."

"Nhưng có người *đã nói* với cô rằng họ quan tâm," Jeremiel nói. "Cô đến đây để tìm một trong số họ."

"Ai chứ?"

"Nói cho tôi biết," anh nói. "Cô mong tìm thấy ai ở đây?"

Cassie nghĩ về điều đó.

"Bà Henderson, tôi đoán vậy."

Jeremiel nghiêng người về phía trước, những chiếc lông vũ màu đen khổng lồ của anh ta cong vào trong như thể anh ta muốn tạo ra một giảng đường bằng đôi cánh của mình.

"Và bà Henderson là ai?"

Cassie nhìn quanh phòng. Mặc dù bà Henderson không có ở đây, nhưng vẫn có hơn một cụ già đeo một chiếc khăn đan tay. Bà cụ lúc này đang trò chuyện thân mật với cụ ông 'xa cách' của mình, đang đeo một chiếc khăn màu hồng tươi - nó có thể là anh em song sinh với cái mà cô ấy đã ghét bỏ trước đó tại quán cà phê.

Giống như Maurice đã ghét bỏ chiếc khăn của cô vậy...

"Tôi đoán anh đang nghĩ tôi là một đứa ngốc," cô nói, biết rõ rằng Jeremiel có thể đọc được suy nghĩ của cô.

Sự ấm áp của anh ảm đạm dần sau một biểu hiện khó hiểu. Đúng. Anh đã đọc được suy nghĩ đó, về việc cô đã đối xử với bà Henderson thô lỗ như thế nào.

Cassie sụt sịt và xoa mũi. Một dải nước mũi dính lên chiếc hoodie đen của cô, kéo dài giữa mặt và tay như một dây trang trí cây thông. Quá xấu hổ, cô lau thứ kinh tởm ấy lên quần.

"Tôi thậm chí không biết phòng bà ấy ở đâu."

"Vậy thì chúng ta sẽ hỏi," anh nói.

"Tôi tưởng mọi người không được nhìn thấy anh?"

"Mọi người thấy những gì họ muốn thấy."

Cassie trố mắt khi anh ta sải bước tới một người đàn ông trung niên trông rất có vẻ là cư dân ở đây, ngoại trừ chiếc radio nhỏ mà ông ta đeo được gắn vào dây đai áo của bộ đồ ông già Noel đỏ tươi. Jeremiel hỏi người đàn ông một câu. Người đàn ông trả lời, không chút ngạc nhiên. Jeremiel quay lại và đi về phía cô, giữ cho đôi cánh của mình gài vào lưng để không xô ngã bất kỳ ai.

"S-sao ... ông ấy vừa nhìn thấy anh!" Cassie nói. "Và anh đã la mắng tôi vì chuyện đó khiến anh gặp rắc rối?"

Jeremiel gõ nhẹ vào thái dương. "Đó là một mẹo mà mẹ tôi đã dạy tôi để tôi ẩn nấp. Nhưng nó đòi hỏi sự tập trung. Tôi đã có thể giữ để tên ngựa đực không nhìn thấy tôi, nhưng sự tập trung của tôi đã giảm khi cô tấn công hắn ta, vì vậy cô gái đã nhìn thấy chân diện của tôi. Con người đàn ông ở đẳng kia, ông ta chỉ nhìn thấy một con người cao lớn."

"Ồ," cô nói. Điều đó giải thích một số mâu thuẫn trong kinh thánh. Phần còn lại của câu nói cũng đáng chú ý. "Ý anh là các thiên thần có mẹ?

"Tất nhiên là có," anh nói. "Chúng tôi có cha và mẹ giống như bất kỳ sinh vật nào khác. Điểm khác biệt duy nhất là chúng tôi sống lâu hơn các người rất nhiều."

"Vậy ra thiên thần *có thể* chết?"

Jeremiel nhìn sang chỗ khác. Thiên thần to xác đang lơ đãng xoa ngực.

"Chúng tôi *có thể*," anh nói nhẹ nhàng. "Nếu ai đó làm tổn thương chúng tôi đủ nặng."

Anh quay ngoắt và bỏ đi, như thể anh đã quên mất cô ở đó. Cassie vội vã đuổi theo anh, tự hỏi liệu người ta có nghe thấy bước chân của ma không khi cô cố gắng đuổi kịp sải chân dài một cách kỳ cục của anh. Có lẽ cảm giác chân cô di chuyển đều là do cô tưởng tượng? Hay là cô đang trôi trên hành lang như một bộ phim kinh dị hạng B?

"Chúng ta đang đi đâu?" cô gọi.

"Lối này," Jeremiel ra hiệu. "Quản lý tòa nhà cho biết căn hộ của bà ấy ở tầng hai."

Họ đi lên cầu thang, băng qua một nhóm cư dân đang tụ tập ở hành lang bên ngoài căn hộ của họ, đến cánh cửa cuối cùng thứ hai. Những tấm giấy đã phai màu cắt ra từ những tấm thiệp Giáng sinh cũ được dán lên ô cửa cùng với một vài bông hoa trạng nguyên.

Cassie do dự, không biết phải làm gì. Không giống như căn hộ của Maurice hoặc nhà của mẹ cô, cả hai nơi cô cảm thấy có quyền đi vào do mối quan hệ của cô với họ, ở đây cô cảm thấy mình như khách không mời. Như Jeremiel đã nói, nếu cô thực sự là người dẫn dắt họ trên cuộc phiêu lưu nhỏ nhằm giải quyết vấn đề của cô, thì cô hy vọng tìm ra điều gì khi bước vào căn hộ của bà Henderson?

Cô đưa tay lên gõ.

"Đừng," Jeremiel nói. "Bà ấy có thể nghe thấy cô."

"Đó là một vấn đề," cô nói.

"Cô chết rồi," anh nói. "Bà ấy không thể nhìn thấy cô, và ngay cả khi có thể, những gì bà ấy nhìn thấy sẽ khiến bà khó chịu."

"Không ai nói với bà ấy rằng tôi đã chết", Cassie nói. "Nếu tôi giả vờ rằng mình vẫn còn sống, bà ấy sẽ không bao giờ biết sự khác biệt miễn là bà không cố gắng ôm tôi."

"Tin tôi đi—" Jeremiel giấu mình sau vẻ mặt trống rỗng. "Sẽ tốt hơn nếu bà ấy không *nhìn thấy* cô"

Cassie vuốt trán và lần đầu tiên, cô nhận ra da thịt mình đã bị tách ra và có cảm giác dị dạng. Miệng cô há thành một chữ 'o' kinh hoàng khi nhận ra rằng mình đã đi xung quanh với một cái đầu bị dập nát.

"Sao anh không nói gì với tôi?" cô hỏi, đau đớn. Ở đây, cô đã chạy lon ton theo sau một thiên thần nóng bỏng, thực tế là rất thèm muốn anh, và anh còn chẳng buồn nói với cô rằng cô trông như vừa mới bị xe tông?

Cô thực sự đã bị tông xe...

"Đến đây." Jeremiel đưa tay ra. "Cô là một con ma. Chỉ cần bước xuyên qua cửa."

"Làm thế nào để *anh* đi xuyên qua cửa?" cô hỏi.

"Khi cô ở gần tôi lâu như vậy, cô sẽ học được một vài điều." Anh ấn thẳng tay qua cánh cửa lên đến khuỷu tay. "Cánh cửa này bao gồm các nguyên tử được bao quanh bởi một khoảng không gian trống rỗng. Một khi ý thức tiến hóa đủ để nhận ra sự thật đó, chỉ còn là vấn đề thời gian trước khi học cách vận dụng nó." Anh rút cánh tay ra, rồi luồn một ngón tay thẳng vào giữa một cây trạng nguyên treo trên cửa. "Như nước lọt qua sàng."

"Anh bao nhiêu tuổi?" cô hỏi.

"Khoảng 5.500 năm Trái đất."

Anh bước qua ngưỡng cửa trước khi cô có thể hỏi một câu hỏi ngu ngốc khác, kéo mạnh cô qua các phân tử thay vì mở cửa.

Cassie chớp mắt trước ánh sáng mờ ảo phía bên kia cánh cửa. Đó là một căn phòng nhỏ xíu, chỉ đủ rộng cho một chiếc ghế tựa đặt trước tivi. Mỗi cm vuông của bức tường đều chứa đầy những bức tranh, hầu hết là của một người đàn ông lớn tuổi mà cô cho là chồng của bà ấy.

Bà Henderson ngồi trên chiếc ghế tựa cũ kỹ, đung đưa khi đôi bàn tay bị viêm khớp di chuyển tới lui với một đôi kim đan cũ đã bị cong. Dù tivi đang bật nhưng mọi sự chú ý của bà đều dồn vào chiếc khăn mà bà đang cuống cuồng cố gắng hoàn thành.

"Sắp xong rồi—" Bà Henderson hô lên khi hai cây kim đan chạm nhau lách cách. "Không xong cái này thì mình không xuống lầu được."

Jeremiel bẻ cánh để chúng không va vào trần nhà.

"Tại sao tôi lại ở đây?" cô hỏi.

"Tại sao cô *ở đây* ư?" Anh khoanh đôi tay cơ bắp của mình lại, vẻ mặt mất kiên nhẫn khi phải co cụm cơ thể to lớn trong căn phòng nhỏ thế này.

"Tôi không biết," Cassie nói. "Có lẽ tôi muốn cảm ơn bà ấy về chiếc khăn?"

"Vậy nói với bà ấy đi."

Bà Henderson vẫn mặc chiếc áo len tuần lộc lúc trước, nhưng bà đã thay đôi ủng đi tuyết thành một đôi giày cao gót. Đôi giày đã lỗi mốt một cách vô vọng, phần quai hậu màu đỏ lấp lánh với phần mũi dài và nhọn người ta thường đùa là "dũng sĩ diệt gián" vì nó đủ mảnh để thọc vào một khe hở nào đó và đạp bẹp con gián.

Cassie bước lại gần để xem xét, một chiếc khăn khác? Sợi len màu xanh lem luốc không được suông, nó có nếp gấp khúc. Bà Henderson căng nó ra bằng bàn tay điêu luyện, rồi tiếp tục đan. Sợi len này là dùng lại, không phải từ cuộn len mới, mà được tháo ra và đan lại từ một chiếc áo len khác.

Cassie quay sang Jeremiel.

"Tại sao bà ấy lại *tháo len* từ áo len để làm khăn choàng?"

"Lương hưu của bà ấy rất ít ỏi—" Jeremiel nhún vai. "Bà ấy thích tặng quà cho mọi người, nên phải tận dụng mọi thứ."

Cassie chạm vào chiếc cổ trần của mình, chiếc cổ đáng lẽ phải quàng một chiếc khăn màu hồng Barbie. Giờ nó sẽ trần trụi mà đi sang thế giới bên kia.

"Những gì còn lại của nó ở đằng kia—" anh chỉ vào một cái rổ đựng đồ được đặt ở thành ghế. Bên trong là những cuộn len nhỏ, không còn ở dạng áo len nữa, mà là từng sợi gấp khúc như sợi mà bà Henderson đan lại từ chiếc áo len. Chúng nó là minh chứng cho sự tháo vát cần mẫn của bà cụ.

Cassie nhặt một cuộn len nhỏ màu hồng, cùng cỡ với trái bóng gôn, và nhét nó vào túi. Đây. Một kỷ vật. Rằng ngày xưa ai đó đã *quan tâm* và đan cho cô một chiếc khăn, và chính cô, cô gái ngốc nghếch, nhờ cái chết đã nhận ra rằng đáng ra cô nên trân trọng nó hơn.

Tại sao mẹ cô chưa từng tháo vát như vậy?

"Không ai dạy bà ấy bao giờ—" Jeremiel đọc được suy nghĩ của cô. "Ông bà cô đã từ mặt bà ấy. Bà ấy phải tự cáng đáng với vài kỹ năng sống ít ỏi của mình."

"Bà ấy đã làm rất tệ" Cassie cười khẩy.

Jeremiel giấu đi một biểu cảm khó hiểu.

"Cô đã bao giờ gặp ông bà của mình chưa?"

"Tôi gặp rồi, anh biết mà." Cô vỗ vỗ thái dương mình.

"Tôi chỉ biết cô *nghĩ* về điều gì", Jeremiel nói. "Không như con người thường nghĩ, chúng tôi có nhiều thứ thiết thực để làm hơn là theo đuôi các người như trẻ lên ba."

Cassie mím môi, sẵn sàng đốp chát với anh ta. Bà Henderson loạng choạng với về phía trước và lấy một cái kéo.

"Xong rồi! Mình biết mình có thể xong trước buổi tiệc mà!"

Tay bà ấy run lên khi cố cho những ngón tay bị viêm khớp của mình vào những lỗ nhỏ của cây kéo. Cassie nín thở khi tay bà lão run lên vì chứng run Parkinson. Với một động tác dứt khoát, bà cắt sợi len, rồi xâu một chiếc kim lớn không thể tưởng tượng được để may kết hai đầu.

Cassie quỳ gối trước mặt bà lão và tập trung vào lời nói của mình như cách cô thấy Jeremiel làm.

"Bà Henderson, cháu đã không cảm ơn bà vì chiếc khăn, nhưng cháu thực sự trân trọng nó, đặc biệt là bây giờ khi cháu biết bà đã bỏ ra bao nhiêu công sức. Ước gì bà mới là bà của cháu chứ không phải người bà giàu có nhưng không bao giờ muốn dành thời gian cho cháu. "

Cassie chạm vào phần cuối của chiếc khăn. Sợi len rẻ tiền và xơ xác, loại có thể dễ dàng tìm thấy ở các cửa hàng giá rẻ, và mũi đan thì sần sùi, nhưng nó lại đẹp đẽ hơn tất cả các chiếc khăn ở các cửa hàng xa xỉ.

"Là anh à, Sigfried?" Bà Henderson nhìn qua các bức ảnh của chồng mình. "Chà, đã đến lúc phải xuất hiện rồi! Đi thôi. Họ đang đợi chúng ta dưới lầu."

Cassie lùi lại. Không có ai trong phòng ngoài cô ấy và Jeremiel.

Miệng ngâm nga giai điệu lạc nhịp khủng khiếp nhưng vui vẻ của bài Jingle Bells, bà Henderson loạng choạng đứng dậy, lảo đảo như một con cò vụng về trên đôi giày cao gót dũng sĩ diệt gián của mình, và đi về phía cửa. Bà nhét chiếc khăn vào một túi quà nhỏ màu xanh lam có vẻ nhàu nhĩ vì đã được mọi người dùng đi dùng lại nhiều lần.

"Giờ ta sẽ đi tặng quà Giáng sinh cho ông Phương—" bà nói với người chồng quá cố của mình. "Em đã sợ rằng mình sẽ phải trốn mất vì xấu hổ vì không thể chuẩn bị tất cả quà Giáng sinh kịp thời. Em thề, mỗi năm em lại mất nhiều thời gian hơn để chuẩn bị quà!"

Bà cụ bước ra hành lang và đi mất, để lại Cassie một mình với Jeremiel.

"Được rồi, bây giờ thì sao?" cô hỏi.

"Có thấy dấu hiệu nào của ánh sáng không, nhóc?"

"Không."

"Cô đang trì hoãn." Anh nhướng *cả hai* lông mày. "Ta không có nhiều thời gian."

"Thật sự là anh không thể nhét tôi trở lại trong cơ thể và, đại loại như, chữa lành cho tôi hay gì đó sao?"

"Không," Jeremiel thẳng thừng. "Chúng tôi bị cấm can thiệp vào chuyện này."

Cassie thở dài. Cô bước tới để ngắm nghía những bức ảnh của bà Henderson và chồng, người bà vẫn trò chuyện cùng như thể ông còn sống, và một em bé, rồi một đứa trẻ mới biết đi, rồi một cậu bé, rồi một thiếu niên. Những hình ảnh sau đó, bà Henderson với chồng, nhưng người đàn ông trẻ không còn trong ảnh nữa.

Cassie cau mày. Cô chạm vào người thanh niên tóc dài đang nhìn ra từ một bức ảnh màu đã phai, anh đội mũ lưỡi trai và mặc áo choàng.

"Chuyện gì đã xảy ra với anh ấy vậy?" cô ấy hỏi.

"Anh ta gia nhập quân đội ngay sau khi học xong trung học," Jeremiel nói. "Bà Henderson muốn anh ta đi học đại học, nhưng anh ta không muốn. Anh ta tham gia hay kỳ quân ngũ, và sau đó bị bắn một tuần trước khi được giải ngũ về nhà."

Cassie chạm vào bức ảnh.

"Sao bà ấy không nói chuyện với *anh ấy* như khi bà nói chuyện với chồng?"

Jeremiel khoanh tay trước ngực. Vẻ mặt anh trở nên hằn học, nhưng cô không nghĩ biểu cảm đó là *vì cô.*

"Có một số điều con người tốt hơn là không nên biết."

Cassie nhìn chằm chằm vào đôi mắt xanh dương sâu thẳm đó, nó đã biến tối gần như tím thẫm, gần giống với đôi cánh của anh. Cô lại thấy, một lần nữa, những dấu móng vuốt khủng khiếp cào lên thái dương của anh. Vị thiên thần đã đến và che chở cô, anh đã thấy những điều khủng khiếp gì chứ?

"Có lẽ đó là lý do tại sao bà ấy cứ cố khuyên tôi đi học đại học?" Cassie nói dịu dàng. "Bà ấy cảm thấy tôi đang đi sai hướng chăng?"

Ánh mắt dữ dội đến đáng sợ của Jeremiel dịu lại, đôi mắt đen của anh sáng trở lại màu xanh tím bình thường. Cassie rùng mình. Cô đã cảm nhận được *điều gì đó* xao động khi cô lỡ đụng chạm đến một trong những ký ức kinh khủng mà thiên thần luôn kìm nén, một thứ gì đó đen tối và không hoàn toàn được kiểm soát. Có lẽ Jeremiel đã đúng? Có lẽ sẽ tốt hơn nếu các thiên thần *không can thiệp* vào việc của con người?

"Vậy chúng ta đi đâu bây giờ?" cô hỏi.

"Cô phải xem những gì trước khi biến mất?" Lời nói nghe có vẻ gay gắt, nhưng nét mặt anh lại dịu đi. Anh đã đưa săng tay ra để giúp cô đi đến nơi tiếp theo.

"Nếu tôi là Charles Dickens," Cassie nói, "Tôi sẽ nói rằng tiếp theo anh nên đưa tôi đến xem mọi người tranh giành mấy tấm khăn trải giường của tôi, và sau đó cho tôi xem một ngôi mộ trống."

"Tôi không phải là Bóng ma Tương lai," Jeremiel nói. "Tôi cũng không phải là thiên thần của cái chết."

Với một tia sáng, anh kéo cô đến nơi tiếp theo mà cô cần đến.

Chương 11

Ngay cả khi Jeremiel đã che chở cô trong ngực anh, Hư không vẫn như có thể xé nát cô ra. Cassie hét lên, nhưng Hư không nuốt chửng âm thanh của cô. Cô đau đớn nhận ra rằng trái tim thiên thần đang đập bên dưới tai mình, nhưng bên trong lồng ngực của chính cô, không có bất kỳ chuyển động nào.

Jeremiel còn sống, và *cô chắc chắn đã chết!*

Hư không đẩy họ ra dưới ánh sáng mặt trời của một ngày hè ấm áp. Jeremiel ôm cô cho đến khi cô ngừng run rẩy.

"Nó đang trở nên tồi tệ hơn," cô nói.

"Ý thức của cô đang sa sút—" anh cau mày. "Cô đã tồn tại lâu hơn hầu hết người khác, nhưng một khi tôi rời đi, hoặc cô sẽ đi vào ánh sáng hoặc đối mặt với Hư không."

Bây giờ họ đang đứng trong một khu dân cư tồi tàn; vài dãy nhà chính phủ trợ cấp vuông vắn, nơi những người dân nghèo sống chen chúc, e ngại phải bước ra ngoài do sợ bọn buôn ma túy và các băng đảng. Từ cái nóng và độ ẩm ngột ngạt, cô đoán đó là giữa tháng Tám.

"Chúng ta đang làm gì ở đây?"

"Cô cho tôi biết xem? Cô lại đang thực hành sở trường trì hoãn *của mình.*"

Cassie cau mày.

"Nghe như thể anh đang bực tôi."

"Bực bội?" Jeremiel chỉ vào mặt trời. "Trong khi ở đây giúp cô, tôi đã lỡ việc được giao để làm khi *được cử đến đây.*"

"Và đó là gì?"

"Quan sát."

"Quan sát cái gì?"

"Chỉ cần ... quan sát."

"Chà, anh đang quan sát *tôi.*" Cassie cười ngượng ngùng. " Cái đó cũng nên được tính vào, phải không?"

"Không." Từ vẻ mặt nhăn nhó đó, anh ta không hề thích thú. Cô nghi ngờ quan sát ở đây chỉ nhiều thứ hơn là nhìn trộm vào cửa sổ như Peeping Tom.

Cô đã đến khu phố này vài lần với Maurice, nhưng mọi người đều biết nên tránh xa *'vùng cấm'*. Mặc dù địa phương này may mắn có tỷ lệ tội phạm tương đối thấp, những vụ giết người *được ghi nhận* đều xảy ra ở đây.

"Cô đã bao giờ đến đây chưa?" anh hỏi.

"Chỉ một lần, với Maurice."

"Cô đã đến nhà nào?"

Cassie nhìn lướt qua khu phố. Maurice đã đưa cô đến một ngôi nhà để thăm em trai hắn ta, nhưng hắn bắt cô đợi bên trong xe. Ngôi nhà hình hộp vẫn còn đó, nhưng những bụi cây không còn được cắt tỉa gọn gàng nữa. Đồ chơi trẻ em vứt ngổn ngang ở bãi cỏ trước nhà.

"Chúng ta đang ở lúc nào trong tương lai?" Cassie hỏi.

"Khoảng sáu năm sau."

"Làm sao anh làm được? Chuyện di chuyển tới lui trên dòng thời gian?"

Jeremiel nhìn chằm chằm vào cô, đôi mắt xanh của anh lấp lánh gần như màu thạch anh tím. Cơ thể cô tê tê. Cô đã nhận ra nó trước đây, ngay trước khi Jeremiel đưa cô đến một nơi nào đó, nhưng đây là lần đầu tiên cô biết anh đang làm điều gì đó.

"Nhìn vào quá khứ thật dễ dàng—" mắt anh mờ dần thành màu xanh tím đậm thường thấy. "Những gì cô nhìn thấy là các kiếp sống riêng biệt, tinh thần của cô ghi nhận chúng như một chuỗi bài học, giống như một ngày đi học rồi lại sang một ngày học khác. Cô tồn tại càng lâu, cô càng ý thức được rằng mình mang theo dư âm của vô số kiếp sống. Đó là lý do tại sao với một số người cô sẽ thấy thân quen ngay, nhưng với vài người khác, cô phải mất nhiều thời gian để thân quen với họ."

"Giống như với Maurice," cô nói nhẹ nhàng. "Tôi gặp anh ta, và cảm giác như thể tôi vốn phải *ở bên* anh ta."

Jeremiel nhìn cô đăm chiêu. Không. Nếu phải mô tả nó, từ thích hợp là *đau đớn*.

"Đừng tin tưởng cảm giác đó, ít nhất, đừng mù quáng." Anh dùng bàn tay to lớn để xoa xoa ngực mình. "Đôi khi những người mà cô gặp gỡ và dây dưa hết lần này đến lần khác là những người đã làm cô tổn thương trong kiếp trước. Nếu không cẩn thận, kiếp này họ cũng sẽ làm điều tương tự."

Anh bĩu môi, đôi mắt đăm chiêu nhìn vào quá khứ, lần này, không phải của cô mà là *của anh*. Cô đủ ý thức để giữ im lặng, để cho thiên thần cao lớn suy ngẫm về một quá khứ không chỉ toàn là những đám mây trắng và âm nhạc của dàn đồng ca.

"Các thiên thần có sống nhiều hơn một kiếp không?" cuối cùng cô hỏi. "Giống như con người?"

Đôi cánh của Jeremiel cong về phía trước như thể một chiếc lồng bảo vệ, bao bọc lấy vai anh, nếu nỗi đau của cô có hình hài, nó hẳn cũng trông tương tự.

"Quên đi, coi như tôi chưa hỏi." Lần này Cassie chìa tay ra *cho anh.*

Anh khoanh tay trước ngực, nhưng đó là một cử phản ánh sự tự vệ, không phải phản đối.

"Có," anh nói.

"Có, có cái gì?" Cassie nói.

"Đúng vậy, ngay cả tổng lãnh thiên thần cũng có kiếp trước."

"Thiên thần-vòm?"

"Những thiên thần tối cao," Jeremiel nói. "Đó là khái niệm để phân chia với những thiên thần bình thường -những kẻ cũng bình phàm như con người, mặc dù sống lâu hơn, với một vị tổng lãnh thiên thần - người có ý thức đã phát triển đủ để siêu thoát khỏi vòng xoay luân hồi."

"Vậy anh là?"

"Chuyện đó có quan trọng không?"

Cassie nhún vai. "Tôi đoán là không. Tôi bị lạc lối và *anh* dừng lại để giúp tôi. Đó là tất cả những gì tôi cần biết."

Jeremiel càu nhàu đồng ý.

Họ di chuyển đến trước ngôi nhà mà Maurice đã từng vào. Nó đã xuống cấp kể từ lần cuối cùng cô đến, như thể ai đó đã từng quan tâm đến nó, nhưng sau đó họ quyết định không muốn bị làm phiền nữa. Kiểu như cô ấy đã ngừng cạo lông chân vài tuần trước khi Maurice bỏ cô. Thật ra mà nói, cô đã phật lòng về cách anh ta đối xử với cô như một con ngốc, chưa kể đến việc luôn giục cô đưa tiền. Nếu *anh ta* không bỏ cô, liệu cuối cùng cô có xoay sở để đá *anh ta* không?

Cô ngước nhìn thiên thần cánh đen sừng sững bên mình. Chỉ cần nhìn anh một cái thoáng qua sáu ngày trước đó, và cô hẳn sẽ tìm kiếm một cái cớ để rũ bỏ mối quan hệ với Maurice.

Jeremiel nở một nụ cười tự mãn.

Cassie quắc mắt nhìn lại anh.

"Tôi biết, tôi biết, đây không phải là chuyện tình lãng mạn huyền bí."

Nụ cười nhếch mép trở thành một nụ cười thoải mái. Đôi lông mi đen dài điên cuồng của anh che khuất đôi mắt theo cách mà nếu anh không quá xa cách, cô có thể thề là đang tán tỉnh một cách bỡn cợt.

"Ồ, im đi!" cô nạt anh ta. "Hoặc tôi sẽ nhổ lông anh như một con gà!"

Anh buông đôi tay bắt chéo ra. Tiếng cười xuyên qua không gian tĩnh lặng và du dương một cách đáng ngạc nhiên. Một lần nữa Cassie được nhắc nhở rằng sinh vật này mang trong mình hào quang của thần thánh.

"Tại sao chúng ta lại ở đây?"

"Tôi nghĩ cô vừa trả lời câu hỏi của chính mình—" anh ta chỉ vào ngôi nhà đang xuống cấp. "Cô có quen biết ai sống ở đây không?"

"Em trai của Maurice?"

"Không," Jeremiel nói. "Đó chỉ là những gì anh ta nói với cô."

"Vậy thì ai?" cô hỏi. "Cô gái kia? Tôi nghĩ cô ấy sẽ chia tay anh ta, căn cứ vào cách cô ấy chạy ra khỏi đó sau khi phát hiện ra *anh.*"

"Sự can thiệp của chúng ta đã thay đổi diễn biến của dòng thời gian."

"Vì vậy, có gì tốt hơn không?" Cassie ngước nhìn anh. Vì lý do nào đó, anh ta không có vẻ phật lòng như anh nên biểu hiện ra, khi đã tuyên bố, các thiên thần không được can thiệp vào chuyện con người.

"Những tay chơi như Maurice *luôn* tìm thấy một nạn nhân khác -" vẻ mặt của anh trở nên dữ tợn. "Khi không thể tiến về phía trước, hắn ta chỉ đơn giản quay lại để săn một con mồi yếu ớt hơn."

Cánh cửa dẫn vào nhà mở ra. Một người phụ nữ Somali bước ra, với một đám trẻ em có nhiều màu da khác nhau, từ gần như trắng đến đen tuyền, và đủ độ tuổi, từ đứa trẻ sơ sinh da ngăm đen đến một bé gái cũng da ngăm. Tuy nhiên, chính đứa bé ở giữa đã thu hút sự chú ý của Cassie, một cậu bé da màu ô liu không quá sáu tuổi. Cậu bé là một bản sao của Maurice. Người phụ nữ ngồi xuống chiếc ghế cỏ xù xì và rút điện thoại di động ra trong khi lũ trẻ thì chơi đùa.

Ngoài màu da, người phụ nữ này khiến Cassie nhớ đến mẹ của mình.

"Cô ấy là ai vậy?"

"Mẹ cô đã săn lùng Maurice sau đám tang của cô và nói với ông chủ của hắn ta rằng hắn phải chịu trách nhiệm về cái chết của cô. Sau khi bà làm hắn bị sa thải, hắn quay lại đây, để ăn bám người phụ nữ này."

"Anh ta vẫn còn chiếc xe cũ đúng không?"

Jeremiel chỉ vào một chiếc BMW mới tinh màu đỏ tươi.

Cassie nhăn nhó nhếch miệng. Hắn ta đang ở đâu? Liệu cô có thể lộ diện và dọa hắn chết khiếp với cái đầu dập nát này không nhỉ? Và nếu có thể làm vậy, liệu cô có thể đá một cú đủ mạnh vào hang để triệt sản tên khốn kiếp này không?

Một chiếc Fiat cũ nát dừng trước cửa nhà, nước sơn đã phai màu và bị rỉ sét. Một người phụ nữ có vẻ ngoài mệt mỏi bước xuống xe, mặc đồng phục y tá. Cậu bé có làn da màu ô liu trông giống Maurice chạy đến và ôm cô.

"Cha con có ở đây không?" người phụ nữ hỏi. Một lần nữa, tên cô nàng là gì nhỉ? Cassie vắt óc lên, cố gắng nhớ lại cái tên được ký ở cuối tin nhắn. Melita. Cô gái tên là Melita.

"Ông ấy đang ở trong nhà."

"Con vào trong đó gọi ông ta nhé?"

Cậu bé chạy vào nhà.

Người phụ nữ Somalia đặt điện thoại xuống. Hai người phụ nữ nhìn nhau chằm chằm, vẻ mặt thù địch.

"Sao cô cứ đến đây đòi tiền thế", người phụ nữ hỏi. "Cô biết anh ta chẳng có chút nào đâu."

"Bởi vì anh ta có một đứa con cần chu cấp," Melita nói. "Anh ta cần nhấc mông lên và đi kiếm việc làm."

"Kinh tế đang thực sự tồi tệ," người phụ nữ nói. "Không có việc gì đâu."

"Tôi có một công việc," Melita nói.

"Cô mơ đi," người phụ nữ thở dài. "Có quá nhiều đứa trẻ để nuôi nấng. Mức lương cơ bản của tôi còn không đủ nuôi một đứa, chứ đừng nói là cả ba đứa nó. Cộng với cả đứa của cô nữa."

Melita ngồi quỳ trước mặt người phụ nữ Somalia. Cô ấy không hề tỏ ra tức giận, mặc dù người phụ nữ kia đã hành động thô lỗ.

"Nghe này, Aliysha? Chúng tôi có một công việc cần tuyển ở viện dưỡng lão. Trợ lý y tá. Công việc này trả lương mười bảy đô la một giờ. Tất cả những gì cô phải làm là tham gia một lớp huấn luyện sáu tuần để lấy chứng chỉ và khi đó họ sẽ trả tới năm mươi chín đô một giờ."

"Nhưng ai sẽ trông các con tôi?" Aliysha hỏi.

"Hãy để *anh ta* làm," Melita nói. "Thề có Chúa, dù sao hắn cũng chẳng thể làm gì khác cho ra hồn."

"Anh ấy sẽ không ở nhà trông con", Aliysha nói. "Và kể cả khi chịu làm, anh ấy cũng rủ lũ bạn bè tới, mà không thèm trông chừng nhỡ bọn trẻ chạy ra đường."

"Vậy thì tại sao cô vẫn sống với hắn?"

"Còn ai muốn tôi nữa," Aliysha thở dài. "Tôi sẽ cô đơn, giống như cô vậy."

Cassie cảm thấy như thể ai đó vừa đâm một ngọn giáo vào trái tim mình. Không chỉ vì đó có thể là kết cục của cô nếu cô ở với Maurice, mà cuộc trò chuyện quen thuộc một cách kỳ lạ, cô đã nghe lỏm được thứ tương tự từ bà cô và mẹ trước khi bà từ mặt cả hai mẹ con cô.

Melita siết chặt lấy người phụ nữ kia.

"Tôi không cần một người đàn ông để hạnh phúc." Melita vẫy tay về hướng *cô và anh* đứng. "Chúa luôn có kế hoạch. Việc của cô là cứ tiếp tục tiến lên."

Cassie ngước nhìn Jeremiel, người đang mang một bộ mặt cứng ngắc và thật đáng ngạc nhiên, chột dạ.

"Anh đã thăm cô ấy?"

Jeremiel nhún vai. "Có lẽ. Tôi chỉ muốn chắc chắn rằng cô ấy vẫn ổn."

"Tôi tưởng anh không nên để chúng tôi nhìn thấy anh?"

"Tôi không nói rằng cô ấy đã nhìn thấy tôi," anh nói. "Tôi chỉ nhìn lén. Đó không phải là lỗi *của tôi* khi cô ấy có thể cảm nhận được sự hiện diện của tôi."

"Khi nào?"

"Không phải chuyện của cô."

Cassie nhìn chằm chằm vào ngôi nhà nơi có nhiều đứa trẻ đang chơi đùa, một số đứa trẻ của Aliysha, một số đứa của người khác. Có phải tất cả những đứa trẻ này đều là con của Maurice không nhỉ?

Maurice xuất hiện trên ngưỡng cửa. Hắn ta vẫn đẹp trai, nhưng cơ bắp không còn săn chắc như một người làm vườn, cơ thể hắn lỏng lẻo và lêu nghêu, hơi giống thân hình của Minh.

Melita đứng đó, mọi biểu hiện từ bi giờ đã biến mất trên gương mặt kiêu sa của cô. Cô ấy sải bước về phía Maurice, cánh tay chìa ra trước mặt, giống như Bóng ma Tương lai của ngài Charles Dicken đang chỉ ra đầy phán xét.

"Anh nợ tôi 5.750 đô la tiền trợ cấp nuôi con!"

"Thì sao?" Anh liếc qua người phụ nữ Somali. "Cô phải đợi tới lượt."

"Vậy anh kiếm *thứ đó* từ đâu?" Melita chỉ vào chiếc BMW mới tinh.

"Tiền đi vay."

Melita nói: "Khoản thanh toán cho chiếc xe đó là hơn 500 đô la mỗi tháng. "Anh có thể dùng tiền để trả cho *tôi*. Và Aliysha. Và tất cả những người phụ nữ khác đang nai lưng nuôi nấng con của anh mà không có một đồng hỗ trợ."

Maurice chồm về phía trước, giọng gầm gừ đầy đe dọa.

"Đồ đàn bà, cô nên biết vị trí của mình."

Melita chỉa một ngón tay vào mặt hắn ta.

"Có giỏi! Đụng vào một ngón tay tôi và tôi cho anh vào lại trong tù."

Maurice cứng họng.

"Nhưng tại sao cô không tự nuôi nó?" Maurice chỉ vào con trai mình. "Cô kiếm được nhiều tiền hơn tôi."

"Đó là do tôi *làm việc!*"

Cậu bé lảng sang chỗ xe của mẹ và bỏ túi vải thô của nó vào trong. Đứa trẻ trông sợ hãi.

"Mẹ ơi?"

Melita quay lại nhìn con trai mình, nó còn quá nhỏ để hiểu tại sao bố mẹ nó luôn gây gổ.

Đã bao nhiêu lần Cassie chứng kiến cuộc tranh cãi như vậy giữa mẹ cô và cha cô? Nghe ông trách mẹ khi *mẹ* đi làm còn ông thì có vẻ như lúc nào cũng đang làm việc? Cô đã trách mẹ bao lâu về việc cha cô đã bỏ đi?

"Đưa tôi ra khỏi đây," cô nói với Jeremiel.

"Xong rồi?"

"Tôi đã thấy tất cả những gì tôi cần thấy."

Jeremiel giương đôi cánh của mình và đưa họ vào Hư không.

Chương 12

Đúng như cô dự đoán, Jeremiel đã đưa cô đến một nghĩa địa. Tuy nhiên, thay vì tối tăm, ngột ngạt, nơi này có mặt trời chiếu sáng rực rỡ và một con chim đen cánh đỏ đang kêu lít chít khi bay từ bụi này sang bụi khác, đuổi theo bọn côn trùng.

"Đây có phải là đoạn mà Thần chết xuất hiện và chỉ vào mộ của tôi không?" Cassie hỏi.

Jeremiel vuốt ve phần trên của một bia mộ.

"Có lẽ cô nên đọc chữ trên bia?"

Cassie nghĩ sẽ thấy tên của *chính mình* được khắc trên đá granit màu xám trơn, nhưng thay vào đó là tên của cha cô.

"Hãy xem ngày tháng," Jeremiel nói.

Cassie quỳ xuống và lướt ngón tay trên dòng chữ khắc trên phiến đá granit.

"Ông ấy chết một ngày sau khi tôi chết," cô thì thầm.

Jeremiel nói: "Ông ta cố gắng gượng vì mẹ cô đã hứa sẽ nói với cô rằng ông sắp chết."

Nước mắt lăn dài trên khuôn mặt của Cassie. "Tôi chỉ nghĩ đến việc đến gặp ông ấy để nói rằng tôi ghét ông ấy đến mức nào."

"Tôi biết."

Cassie cúi đầu và lau nước mắt.

"Tôi không muốn gặp lại ông ấy," cô nói. "Không bao giờ! Ngay cả trên thiên đàng cũng không."

Cô tưởng thiên thần sẽ thuyết giảng cho cô về sự tha thứ, rằng cô không hiểu toàn bộ sự việc, giống như bà cô đã làm để bào chữa cho con trai bà. Trước sự ngạc nhiên của cô, thiên thần đã không lên án cô. Anh đặt một tay lên vai cô, ấm áp và thấu hiểu, và để cô khóc cho đến khi cảm xúc dịu đi.

"Sau tất cả những gì cô đã thấy, cô vẫn không muốn gặp ông ta?" anh hỏi.

"Không bao giờ," cô sụt sịt. "Gặp để mắng chửi tôi cũng không muốn."

"Đó là sự lựa chọn của cô--" anh có vẻ thấu hiểu một cách đáng ngạc nhiên. "Đôi khi, điều duy nhất người ta có thể làm là buông bỏ và bước tiếp."

Cô nhận thấy anh lại mang cái biểu cảm đầy ám ảnh đó; đôi mắt xanh tím u sầu khi nhìn vào quá khứ *của chính mình*. Anh ấy có phải là một tổng lãnh thiên thần không? Cô nghi ngờ anh có thể nhìn ngược lại nhiều kiếp trước của mình. Anh đã buông bỏ ai, người phụ nữ khiến anh phải xoa trái tim vì sự ra đi của mình ư?

Cô đưa tay lên nắm lấy tay anh.

"Vậy ánh sáng để tôi bước vào đang ở đâu?"

Miệng Jeremiel nhếch lên thành một nụ cười đăm chiêu.

"Đến đây đi," anh nói. "Đây là một nơi tuyệt đẹp. Tản bộ với tôi, và sau đó chúng ta sẽ nói lời tạm biệt."

Họ lang thang qua các bia mộ, một số được trang trí bằng cờ, số khác thì đơn sơ, và một số được trang trí bằng hoa. Họ dừng lại trước một bia mộ cũ. Cassie đọc dòng chữ trên bia.

"Đây là mộ của bà Henderson." Cô đưa tay dọc theo phiến đá granit. Bà cụ đã chết hai năm về trước; cùng với chồng bà, ông Sigfried, con trai bà, Johann, và một dòng chữ thứ tư chỉ đơn giản ghi *'bé gái, chưa chào đời.'*

"Bà ấy có ổn không?"

"Mọi người đều trải qua rất tốt khi họ được lên thiên đàng," Jeremiel nói "cũng hơi phiền vì họ phải học đi học lại những bài học của kiếp sống trước. Bà ấy và chồng, họ tiếp tục trở lại bên nhau để nuôi dạy con trai mình. "

"Và bé gái nhỏ?" Cassie hỏi.

Jeremiel đặt tay lên vai cô, ấm áp, trấn an, và cảm giác dòng điện chạy qua mà cô sẽ mãi mãi gắn nó với sự hiện diện của anh.

"Cô bé sẽ tiếp tục cố gắng cho đến khi thành công."

Cassie thấy câu trả lời của anh đáng tin một cách kỳ lạ. Cô đưa tay lên, hy vọng anh sẽ nắm tay cô.

"Tôi đã sẵn sàng," Cassie nói. "Đưa tôi đến mộ tôi đi."

Jeremiel đi cùng cô trong im lặng, ánh nắng phản chiếu đôi cánh màu đen tía của anh, nhắc nhớ một lần nữa về loài chim yêu thích của cô, sáo đá. Anh liếc xéo cô qua hàng mi dài và đen, không phải là biểu hiện ghét bỏ, anh có vẻ tự hào về cô. Họ dừng lại trước một phiến đá nhỏ, bằng phẳng, còn nhỏ hơn cây cột mốc một chút và có khắc tên và ngày mất của cô.

"Vậy đây là nó?"

"Ừm, là nó."

"Tôi tưởng nó sẽ lớn hơn?"

Jeremiel nhún vai. "Đây là thứ tốt nhất mà mẹ cô trả nổi"

Cô nhìn chằm chằm vào hòn đá, nhưng thay vì kinh hãi, cô chỉ có cảm giác giống như khi nhìn vào bất kỳ ngôi mộ nào khác; tò mò, nhưng không có cảm xúc. Cô đã chấp nhận sự thật rằng bản thân đã chết.

"Bà ấy sẽ ổn chứ?" Cassie hỏi.

"Ai cơ?"

"Mẹ tôi?"

"Không lâu sau tôi sẽ thăm bà ấy," anh nói. "Người ta phải sống tiếp mà."

Cassie nhìn chằm chằm vào hòn đá, nó phẳng để máy cắt cỏ có thể lia qua mà không làm mẻ lưỡi dao. Cỏ được cắt tỉa gọn gàng xung quanh các mép, như thể cắt bằng kéo.

"Vậy ánh sáng tôi nên thấy ở đâu?"

Jeremiel chỉ vào một chiếc xe cũ kỹ đang chạy vào nghĩa địa, phun ra khói dầu đen và kêu khục khặc như thể bộ đánh lửa đang giãy chết. Cassie không thể không mỉm cười. Cô sẽ nhận ra xe của Minh ở bất cứ đâu.

"Tôi nghĩ còn một điều nữa cô cần xem."

Minh bước xuống xe, cao và gầy không thể tả được, với mái tóc đen nay được cắt ngắn theo một kiểu nghiêm túc và khoe được đôi mắt. Anh lần mò trên ghế phụ để tìm máy tính xách tay, rồi tiến về phía cô, hay chính xác hơn là đi về phía mộ của cô. Cassie bước sang một bên để Minh không bước thẳng qua cô.

Minh ngồi bệt xuống bãi cỏ, mở máy tính và khởi động nó. Sau đó, anh đặt nó xuống và lấy một chiếc kéo ra khỏi túi đựng máy tính của mình. Cassie để ý rằng anh đã tăng được vài cân, không nhiều lắm; vừa đủ để anh mất đi vẻ lêu nghêu, và mụn trên mặt thì đã biến mất. Chiếc áo phông in hình hầm hố đã nhường chỗ cho một thứ chững chạc hơn một chút: Blue Exchange.

Vậy đây là Minh sau sáu năm nữa? Cô tự hỏi liệu anh có còn làm việc ở quán cà phê cũ không. Có lẽ vậy … anh ấy luôn đáng tin cậy một cách kỳ lạ.

"Anh đã nói với em anh sẽ quay lại vào tuần tới—" Minh cắt cỏ để nó không che khuất tên cô. "Anh luôn xuất hiện vào những lúc cần tới anh, phải không nào?"

Anh rải cỏ vụn, rồi kéo máy tính lên đùi. Tiếng kêu của con chim đen và làn gió biển làm nền cho âm thanh từ những ngón tay của anh khi chúng lướt trên bàn phím. Anh đang mở ra thứ anh định cho cô xem.

"Thấy không?" Minh nói với mộ cô. "Anh đã nói với em anh sẽ làm thiệt hoành tráng."

Trên màn hình là một trò chơi điện tử theo mô típ tiêu diệt thây ma hậu tận thế. Minh im lặng khi lướt qua các màn khác nhau cho đến cảnh một cô gái phong cách Gothic mặc áo da rút ra một thanh kiếm và dùng nó để chặt đầu thây ma. Minh dừng màn hình.

"Màn này là của anh," anh nói. "Nó sẽ được phát hành trong tất cả các Playstations vào Giáng sinh tới. Em sẽ nổi tiếng đấy, Cassie. Mọi người sẽ thấy em tuyệt vời như thế nào."

Cassie nhìn chằm chằm vào màn hình. Mắt đối mắt với cô là avatar khá đẹp của *chính cô.*

"Chính là tôi sao?" cô hỏi Jeremiel.

Jeremiel vô vị gật đầu.

Minh lướt ngón tay dọc theo tấm bia đơn giản, phẳng phiu.

"Ước gì em ở đây để xem cái này—" đôi mắt đen của anh ngấn lệ. "Anh nhớ em, Cassie."

Cổ họng Cassie nghèn nghẹn khi cô ngồi khụy xuống trước mặt anh.

"Em đây, Minh," cô nói nhỏ. "Anh không thấy em à?"

Minh nhìn lên, như thể anh có thể cảm nhận được sự hiện diện của cô, nhưng rồi anh lại lau mắt và tập trung vào trò chơi điện tử của mình.

"Anh sẽ quay lại vài lần nữa trong vài tuần tới—" anh vuốt ve viên đá. "Nhưng rồi anh phải rời đi. Công ty trò chơi điện tử đã đề nghị mức lương mà anh không thể từ chối."

Anh tắt nguồn máy tính xách tay và đặt nó trở lại túi đựng. Cassie khóc khi Minh đặt tay lên tảng đá.

"Dù em ở đâu, Cassie," anh nói. "Anh hy vọng em hạnh phúc. Nếu lỡ đâu anh có cơ hội gặp lại em, em sẽ cho anh một cơ hội chứ?"

Anh hôn những ngón tay của mình rồi ấn nó vào bia mộ.

"Tạm biệt," Minh thì thầm.

Với đôi vai rũ xuống, anh thu dọn máy tính và trở lại xe, vặn chìa khóa vào chiếc xe cũ nát của mình và lướt ra khỏi đó, để lại một đám khói dầu. Ngay cả khi có đủ khả năng mua một chiếc xe mới, Cassie biết rằng anh sẽ chạy chiếc cũ cho đến khi nó hoàn toàn tàn phế.

Cô quay lại đối mặt với Jeremiel.

"Tôi chưa từng biết."

Phản ứng duy nhất của Jeremiel là đôi cánh khẽ rung lên. Anh ta biểu lộ sự thương hại, mặc dù sự thương hại đó dành cho cô hay cho Minh, cô không thể biết được.

"Tôi cho rằng bây giờ đã quá muộn để làm bất cứ điều gì -" cô nhìn chằm chằm về hướng xe của Minh vừa biến mất. "Tôi ước gì tôi để ý đến *anh ấy* thay vì đuổi theo một tên khốn như Maurice."

"Cô đâu phải là người đầu tiên mù quáng đến nỗi phớt lờ những thứ ở ngay trước mắt mình."

Giọng anh nghe có vẻ dữ dội, như thể anh nói về kinh nghiệm xương máu của mình.

"Và anh thì mong muốn điều gì?" Cassie hỏi.

Jeremiel lại trưng ra vẻ mặt khó hiểu, màu mắt anh nghiêng về màu xanh nước biển hơn là tím, nhưng anh ấy không hề tỏ ra tức giận.

"Thiên thần không được phép có ước muốn," anh nói nhẹ nhàng. "Chúng tôi ở đây để bảo vệ và phục vụ."

"Điều đó không công bằng lắm."

"Không—" lông vũ của anh run sột soạt với vẻ bực tức. "Nhưng cho đến khi loài của các cô bắt kịp với loài của chúng tôi, mọi thứ phải diễn ra như vậy."

Cassie không chắc anh ta ám chỉ điều gì, nhưng cô lưu ý cách anh tự xoa ngực mình một lần nữa. Vì thế? Có phải một con người đã làm tổn thương anh ta? Theo cách anh hành động, vết thương đã lành từ lâu, nhưng rõ ràng nó vẫn khiến anh đau như cách cái cổ tay từng bị gãy của cô vẫn đau nhức mỗi khi trời mưa.

Cô nhận thấy ánh sáng mà cô tưởng là sự phản chiếu của mặt trời từ một bia mộ bằng đá granit trắng đã trở nên chói chang hơn nhiều, đủ lớn để đi xuyên qua.

"Tôi nghĩ đó là chuyến đi của tôi," cô nói.

Jeremiel liếc nhìn ánh sáng và gật đầu.

"Mọi chuyện sẽ ổn thôi, nhóc. Chỉ cần nhớ những gì đã học để không phải lặp lại những bài học đau đớn như vậy nữa."

"Tôi sẽ nhớ."

Cô muốn ôm anh, muốn nhào vào vòng tay anh và bám lấy anh vì *chính anh* mà cô biết, mà ánh sáng vẫn còn quá đáng sợ; nhưng anh ấy là một thiên thần, và cô cảm thấy anh không xa cách và thượng đẳng như anh nói rằng thiên thần là phải thế.

Cô quyết định vươn tay vuốt một chiếc lông dài màu đen tía bóng loáng. Nó mềm mại và sang trọng, giống như bất kỳ chiếc lông vũ nào khác ngoại trừ kích thước và những điểm nổi bật tuyệt đẹp ẩn dưới bộ lông sẫm màu. Jeremiel đợi cho đến khi ngón tay cô chạm đến phần dưới của chiếc lông vũ trước khi giật mạnh nó khỏi tầm với của cô.

"Đừng chạm vào cánh của tôi," anh nói nhẹ nhàng. "Không ai được chạm vào cánh của tôi."

Lời anh ta nói một đằng, nhưng vẻ mặt đăm chiêu của anh ta lại nói một nẻo. Cassie nở một nụ cười trìu mến.

"Cảm ơn, Jeremiel."

Cô nắm chặt tay anh khi bước vào ánh sáng, cho đến khi chỉ có đầu ngón tay của họ có thể chạm nhau, rồi cô buông anh ra.

Chương 13

Tối tăm.

Lạnh lẽo.

Xung quanh cô ấy vang lên một âm thanh khủng khiếp, nhưng nó không có cảm giác đáng sợ của Hư không. Những tia sáng lấp lánh nhảy múa trước mắt cô như những vì sao. Một vòng tròn lớn và lạnh lẽo áp vào ngực cô.

Cái quái gì vậy?

Tiếng động ngày càng to, sắc nhọn, chói tai. Mặt cô đau quá. Cô nắm vô lăng và trượt khỏi nó. Còi dừng lại.

Cassie mở mắt.

Trước mặt cô, cần gạt nước kính chắn gió vung vẩy, rồi dùng dằng, rồi lại vung lên để quét bỏ những bông tuyết mềm và ướt. Động cơ chiếc Peugeot cũ của cô kêu ầm ầm dưới chân, vẫn chạy, trong khi máy cassette phát ầm ầm nhạc của BrunuhVille. Đồng hồ nhấp nháy 19:27. Nếu đây là thiên đường, nó chắc chắn trông rất giống Trái đất.

Cô xuống xe, lúc này mới để ý là mình có thể chạm vào tay nắm cửa. Cảm giác chắc chắn. Và cánh cửa kêu cót két như một chiếc hộp đựng đồ lâu không tra dầu. Cô di chuyển đến đầu xe của mình để xem xét thiệt hại.

Chiếc xe đã đâm vào gốc cây, nhưng trước khi va vào, cô đã lao vào một bờ tuyết đủ chắc chắn để xe giảm tốc độ nhưng không quá cứng để hình thành tường băng. Đầu xe của cô bị móp, nhưng cú va chạm không đủ để làm bung mui xe. Cái bờ tuyết, nó xuất hiện, đã cứu mạng cô.

Cô tự véo mình và sờ má mình. Cô còn sống. Cô vẫn còn sống. Cô sờ trán mình, nơi da đã nứt ra, bàn tay bê bết máu. Cô đưa ngón tay vào trong miệng và thưởng thức hương vị mặn chát.

Sống sót. Cô vẫn còn sống!

Cô xoay tròn trong những bông tuyết rơi từ bầu trời đen như mực - chúng sáng lên khi rơi qua trước đèn pha, và ngửa đầu ra sau để há miệng. Một viên pha lê trắng nhỏ bé đáp xuống lưỡi cô, tạo ra một tiếng kêu tí tách, và sau đó bùng lên độ ấm ướt ngọt ngào của nó. Trời lạnh, ẩm ướt và khó chịu, và cô rất vui khi cảm nhận được điều đó.

"Hoan hô!" cô hét lên.

Cô leo trở lại xe của mình và nhìn thấy đèn LED nhỏ màu đỏ ở bên hông điện thoại di động nhấp nháy từ ghế xe. Cô vuốt màn hình để xem cuộc gọi nhỡ của ai. Đó là một tin nhắn chữ từ Maurice.

> Này, em yêu.
> Anh xin lỗi vì để em phát hiện ra theo cách này. Năm ngày trước, Melita, đến gặp anh và nói rằng cô ta đang mang thai. Anh khá chắc cô ấy đang nói dối, nhưng anh cần thời gian để suy nghĩ.
> Anh vừa chia tay cô ta để được ở bên EM. Gọi cho anh nhé, được không?
> Yêu em,
> Maurice

Cassie nhìn chằm chằm vào điện thoại di động. Tất cả chỉ là một sự hiểu lầm? Maurice không thực sự có ý định chia tay với cô. Phải không?

Tin nhắn nhấp nháy, cho cô một sự lựa chọn.

Cô nhìn xuyên qua kính chắn gió vào cây sồi cổ thụ, vỏ của nó hằn lên vết sẹo của những kẻ ngốc *khác* đã lao qua góc cua này với tốc độ nhanh hơn tốc độ an toàn của con đường.

Cô nhấn 'xóa.'

Tiếp theo, cô nhấn nút menu và bấm số. Giọng mẹ cô vang lên ở chế độ trả lời tự động. Chưa bao giờ giọng bà nghe dễ chịu như vậy.

Cassie đợi cho đến khi nó phát ra tiếng bíp để nhắn lại.

"Này, mẹ à? Là con. Cassie? Nghe này. Con xin lỗi về những gì con đã nói lúc nãy. Con không muốn gặp cha ở bệnh viện, con sẽ không bao giờ tha thứ cho việc cha bỏ đi đâu, nhưng mẹ biết không? Con thật sự muốn đón Giáng sinh với mẹ. Được chứ? Con sẽ về nhà sau nửa đêm. Hãy để dành cho con một vài cái bánh bơ quế nha. "

Cô cúp máy, rồi bấm số tiếp theo trong danh sách của mình.

"Này, Minh. Là em đây."

"Cassie hả?"

"Ừ," cô nói.

"Có chuyện gì vậy? Mọi chuyện ổn chứ?"

Cassie hít thở sâu.

"Nhớ lúc nãy anh nói em có thể sang chơi với anh và bạn của anh không?"

Cô thề rằng cô có thể nghe thấy Minh nín thở.

"Ừ, chắc chắn," anh nói. "Họ đều ở đây."

"Anh còn muốn mời em không?"

"Ừ!" Minh nói. "Tụi anh rất muốn có bạn ghé qua. Nếu em không ngại đi chơi với một lũ mọt máy tính chơi Dungeons and Dragons."

Cassie mỉm cười.

"Em không biết luật chơi."

"Không sao đâu," Minh nói. "Tụi anh sẽ dạy em."

"Em sẽ gặp anh sau một giờ, được không? Em phải ghé qua chỗ này nữa."

"Được chứ." Minh có vẻ đã sướng đến mê hồn.

Cassie cúp máy. Cô liếc nhìn qua hàng ghế sau, nơi để chiếc túi rác lớn màu xanh lục chứa đầy những chiếc bánh ngọt cũ của tiệm cà phê. Theo ước tính của cô, đã có đủ cho mọi cư dân tại Khu nhà ở xã hội, những người, nếu ước chừng của cô là đúng, đang tụ tập quanh cây đàn piano hát những bài hát mừng Giáng sinh lạc điệu một cách vô vọng.

Cô chộp lấy chiếc khăn màu hồng Barbie mà bà Henderson đã làm cho cô và quấn nó ba lần quanh cổ. Cổ cô ấm dần lên khi nhiệt độ cơ thể thấm vào sợi vải hồng tươi. Đây. *Đây* là cảm giác được yêu thương.

Thắt lại dây an toàn, cô cho xe lùi lại và di chuyển lên xuống cho đến khi thoát khỏi lớp tuyết đã cứu cô. Khi cô đặt tay xuống chiếc ghế bên cạnh, một thứ gì đó mềm mại nhột nhột chạm vào ngón tay cô.

Cô nhấn mở đèn của bảng điều khiển để có thể xem xét chiếc lông vũ. Nó nhỏ và đen, phản chiếu màu xanh tím-đen trong ánh sáng, không phải chiếc lông vũ khổng lồ mà Jeremiel đã cho phép cô chạm vào, mà là từ một con sáo đá rất đỗi bình thường. Cassie áp nó vào má mình, rồi đặt nó lên bảng điều khiển, nơi cô có thể nhìn thấy nó khi lái xe. Ngay khi về đến nhà, cô sẽ đan nó vào chiếc dreamcatcher mà cô để trên cửa sổ phòng ngủ.

"Cảm ơn, Jeremiel," cô nói.

Anh không trả lời cô, nhưng cô cũng không nghĩ anh sẽ trả lời. Dù sao thì anh cũng là một thiên thần, và các thiên thần bị cấm can thiệp vào việc của người phàm.

Tất nhiên, những chuyện họ đã trải qua là ngoại lệ.

~ HẾT ~

Tổng lãnh thiên thần Jeremiel trong đời thực

Jeremiel (Jerahmeel) là vị tổng lãnh thiên thần của những quyết định cuộc đời trong tiếng Do Thái, Hy Lạp và Chính thống giáo phương Đông. Tên của ông có nghĩa là 'người sẽ nhận được lòng thương xót của Chúa.' Mặc dù không phải là Tử thần theo nghĩa Tử thần, Jeremiel xuất hiện vào lúc con người chết đi để hướng dẫn các linh hồn sang thế giới bên kia và giúp họ xem xét lại cuộc đời trước khi cho họ vào thiên đàng.

Nếu bạn gặp khó khăn, người ta tin rằng Jeremiel có thể được thỉnh cầu khi bạn vẫn còn sống để hướng dẫn bạn cách 'kiểm điểm tâm hồn', đó là giúp bạn xem xét các bài học cuộc sống của mình, làm rõ chúng để ra quyết định đúng đắn hơn trong tương lai.

Xem trước:
Người thợ đồng hồ (truyện ngắn)

— Làm thế nào bạn có thể chiếm được một tiếng đồng hồ vừa kịp lúc? —

Marae O'Conaire đã có một rắc rối lớn hơn nhiều khi đồng hồ của cô dừng lại ở 3:57. Khi cô mang đồng hồ đến gặp một người thợ kim hoàn để sửa, cô biết cô như đã giành được một giải thưởng đặc biệt, một cơ hội để được sống lại một giờ duy nhất của cuộc đời mình. Nhưng số phận luôn có những quy định hà khắc khi cho phép con người đi xen vào trong quá khứ, cũng như những dự báo rằng cô không thể làm bất cứ điều gì để thay đổi qua khứ. Liệu Marae có thể sửa đổi lại sai lầm đã làm cô ân hận nhất trong cuộc đời?

"Một câu chuyện cảm động. Có được cơ hội để sửa đổi lại sự hối tiếc sâu sắc nhất trong quá khứ là một trong 73ang cơ hội hiếm nhất" – Nhận xét của độc giả

"Một câu chuyện cảm động và kịch tính ... nếu chúng ta có một cơ hội để thay đổi quá khứ, liệu chúng ta sẽ thực hiện?" – Nhận xét của độc giả

"Một cảm động ngắn bi thương bắt nguồn từ chủ đề từ thần thoại Bắc Âu. Thời gian là một món quà, và đôi khi, cũng một cơ hội cuối cùng ..." – Nhà văn Dale Amidei.

Đây là một câu chuyện về phân biệt chủng tộc, sự tiếc nuối, và một cơ hội thứ hai. Bạn có thể làm được điều gì một lần nữa?

Biết thêm thông tin tại:

https://wp.me/P2k4dY-qA

Xem trước:
Thanh gươm của thần

Vào buổi sơ khai, hai kẻ thù cổ đại chiến đấu để giành quyền thống trị Trái đất. Một người đàn ông đã đứng lên để đấu tranh cho nhân loại. Một người lính mà ngày nay chúng ta vẫn nhớ tên...

Đại tá Lực lượng Đặc nhiệm Thiên thần Mikhail Mannuki'ili tỉnh dậy và bị thương nặng trong con tàu bị rơi của mình. Người phụ nữ cứu mạng anh ta có những khả năng có vẻ quen thuộc, nhưng vì đã mất hết ký ức, anh ta không thể nhớ tại sao! Con tàu của anh đã bị phá hủy và một cánh của anh đã vỡ nát, nên anh không còn lựa chọn nào khác ngoài việc tạm trú trong làng của cô.

Người của Ninsianna có những lời tiên tri về một người hùng có cánh, một Thanh kiếm của các vị thần, người sẽ bảo vệ người dân của cô chống lại Kẻ ác. Mikhail khẳng định anh ta không phải là á thần, nhưng những linh cảm đen tối của cô và khả năng sát phạt kỳ lạ của anh ta lại nói khác. Ngay cả khi không có những công nghệ đã bị phá hủy cùng với con tàu của mình, thanh kiếm mà anh ta mang theo vẫn là vũ khí hủy diệt hàng loạt trong mắt những người vẫn dùng gậy và đá. Khi những phụ nữ trẻ bắt đầu biến mất, Mikhail phải tổ chức người của mình để chiến đấu.

Ác ma thì thầm vào tai vị Hoàng tử muộn phiền. Một giống loài sắp diệt vong tìm cách thay đổi xu thế tuyệt chủng của họ. Hai vị hoàng đế, cố thủ trong hệ tư tưởng cổ xưa của họ, không thể nhìn thấy mối đe dọa lớn hơn. Khi những âm mưu gây chấn động nên thiên đàng, một thị trấn nhỏ bé ở Lưỡng Hà trở thành điểm khởi đầu cho câu chuyện viễn tưởng kể lại trường ca sử thi hào hùng nhất của nhân loại về cuộc chiến giữa thiện và ác, cuộc đụng độ của các đế chế và hệ tư tưởng, và siêu anh hùng vĩ đại nhất từng bước đi trên Trái đất. Tổng lãnh thiên thần Mikhail.

Quyển một của trường thiên "Thanh gươm của thần" bao gồm:
— Anh hùng sử thi: Tập 1x01 (tiểu thuyết ngắn)
— Thanh gươm của thần

"Cuốn tiểu thuyết này rất hay. Tôi thích sự pha trộn giữa thể loại khoa học viễn tưởng và giả tưởng. Rất khó để kết hợp hai thể loại này. Tuy nhiên, tác giả làm điều này một cách liền mạch. Tôi cũng thích khía cạnh lịch sử ẩn sau đó. Lỡ như thiên đàng, thiên thần và loài người sơ khai có thật nhưng họ bị lu mờ dần thành truyền thuyết và sau đó là thần thoại thì sao..." – Nhận xét của đọc giả

"Eric Van Daniken [Cỗ xe của các vị thần] gặp Chiến tranh giữa các vì sao! ... Hành động kết hợp lãng mạn, hài hước – thật là một cuốn sách thú vị để đọc. Và rất khó để bỏ xuống ..." – Nhận xét của đọc giả

"Thật là một cách thông minh để khai thác các nguyên mẫu thiên thần và ác quỷ ...rất nguyên bản và khi đọc là không dừng được..." – Nhận xét của đọc giả.

"Sách viết tốt. Phát triển nhân vật rất tuyệt vời. Nó sẽ khiến bạn nhấp nhổm trên ghế và tự hỏi chuyện gì sẽ diễn ra tiếp theo..." – Nhận xét của đọc giả

Sẽ sớm ra mắt...
Biết thêm thông tin tại:
https://wp.me/P2k4dY-1n0

Xin bạn một chút thời gian ...

Bạn có hứng thú với quyển sách này không? Nếu có, tôi sẽ rất biết ơn nếu bạn có thể đến thăm trang web của những nhà sách bạn đã mua từ đó và để lại một lời nhận xét. Nếu không có khoản chi quảng cáo từ các nhà xuất bản thương mại lớn, hầu hết những quyển sách báo nhỏ đều không thể bù đắp chi phí in sách trừ khi ... độc giả như bạn để lại một lời bình luận nếu bạn thích quyển sách này.

Về tác giả

Anna Erishkigal là một luật sư bồi thường, người viết những tiểu thuyết giả tưởng dưới một bút danh khác để những đồng nghiệp của cô không đặt vấn đề liệu những lời biện hộ pháp lí của cô cũng là tiểu thuyết giả tưởng không. Phần lớn luật pháp, cũng là giả tưởng kì lạ. Những luật sư chỉ là thích gọi nó "nhiệt thành đại diện cho thân chủ của bạn"

Nhìn thấy những mặt dưới đen tối của cuộc sống tạo nên những nhân vân tiểu thuyết thú vị. Với thể loại này bạn hoặc có thể muốn giam hãm, hoặc chạy về nhà và viết lại. Trong tiểu thuyết, bạn có thể gian lận mà không lo lắng gì về sự thật. Còn trong những lời biện luận pháp lí, nếu khách hàng nói dối bạn, bạn trông thật ngớ ngẩn trước toà. Ít nhất thì trong tiểu thuyết, nếu một nhân vật trở nên rắc rối, bạn luôn có thể loại bỏ ra.

Xin vui lòng liên hệ với tôi hoặc để lại phản hồi tại trang web của tôi. Tôi rất thích khi nghe lời nhận xét từ các bạn và trả lời lại!

Tham gia nhóm Reader của tôi

Nếu bạn muốn biết tin tức về những phát hành và bản dịch mới trong các tác phẩm của tôi, sao không đăng kí trên NEWSLETTER của tôi? Tôi hứa là sẽ không bao giờ gửi thư rác, giữ thông tin cá nhân của bạn bảo mật và sẽ luôn tạo nên điều thú vị.

Đây: https://wp.me/P2k4dY-18p

Sẽ rất tuyệt vời!

Những quyển sách khác

Người thợ đồng hồ - truyện ngắn
Thần hộ mệnh bóng đêm

Sắp ra mắt!
Thanh gươm của thần

Thêm sách Việt Nam:
http://wp.me/P5T1EY-qs

www.ingramcontent.com/pod-product-compliance
Lightning Source LLC
Chambersburg PA
CBHW071817190726

48292CB00008B/2874